યશસ્વી વિદ્યાર્થીઓ માટે

કૃષ્ણ નવનીત

યશસ્વી વિદ્યાર્થીઓ માટે

કૃષ્ણ નવનીત

લેખિકા

શ્રીમતી ભાવના અશોક બઢે

પુદુચેરી

ભાવાનુવાદ

વૈદેહી પાર્થિવકુમાર અધ્યારુ

અમદાવાદ

પ્રકાશક :

મિદમ્ ફાઉન્ડેશન

મિદમ્ આશ્રમ, આર.એસ. નં. ૧૪૪/૫, એરાઈકારાઈ રોડ,

કોઠાપુરીનાથમ્ વીલેજ, પુદુચેરી - ૬૦૫૧૦૨

સંપર્ક : અરવિંદ ચાંદોરકર ◆ મો. ૮૨૭૫૭૫૫૧૭૨

યશસ્વી વિદ્યાર્થીઓ માટે

કૃષ્ણ નવનીત

ગોવિંદનું ગીતામૃત

લેખિકા :

શ્રીમતી ભાવના અશોક બઢે

ભાવાનુવાદ :

વૈદેહી પાર્થિવકુમાર અધ્યારુ

આવૃત્તિ :

પ્રથમ : ઓક્ટોબર, ૨૦૨૩

પ્રકાશક :

મિદમ્ ફાઉન્ડેશન

મિદમ્ આશ્રમ, આર.એસ. નં. ૧૪૪/૫,

એરાઈકારાઈ રોડ, કોઠાપુરીનાથમ્ વીલેજ,

પુડુચેરી - ૬૦૫૧૦૨

સંપર્ક : **અરવિંદ ચાંદોરકર**

મો. ૮૨૭૫૭૫૫૧૭૨

અભિપ્રાય

શ્રીમદ્ ભગવદ્ ગીતા જેવા મહાન વિષયને શ્રીમતી ભાવનાબહેન બઢેએ એક દાદીમાના વાત્સલ્યથી અને વાર્તાકારના કૌશલ્યથી બાળકોને સરળતા અને સહજતાથી સમજાવવાનો પ્રયત્ન કર્યો છે.

સાતસો શ્લોકો ધરાવતી શ્રીમદ્ ભગવદ્ગીતાનો અભ્યાસ સામાન્યતઃ ચાલીસી વટાવી ગયા પછી કરવામાં આવતો હોય છે. વિદ્યાર્થીઓના ચારિત્ર્યઘડતર માટે તેમને ગીતાનો અભ્યાસ કરાવવાની કલ્પના જ અતિસુંદર તથા પ્રશંસનીય છે. લેખિકા મહોદયા દ્વારા ગીતાના સાતસો શ્લોકોમાંથી લગભગ સો શ્લોકોનું ચયન કરવામાં આવ્યું છે અને એ શ્લોકોના વિવેચન દ્વારા વિદ્યાર્થી કેવી રીતે લાભાન્વિત થઈ શકે તે સ્પષ્ટ કરવામાં આવ્યું છે.

ગીતાનો મુખ્ય સંદેશ છે - શીખવું, શીખવવું અને તેનું આચરણ કરવું અર્થાત્ અર્જુન જેવા આદર્શ બનો - એ શીખવાનું છે અને તદ્નુસાર આચરણ કરવાનું છે. આ સુંદર સંદેશ ગુરુ-શિષ્યના પરસ્પરના સંબંધને કેવી રીતે દૃઢ બનાવે છે, તે લેખિકામહોદયાએ ખૂબ સહજતાથી સ્પષ્ટ કર્યું છે.

યુદ્ધભૂમિ પર ક્ષુભિત, ભ્રમિત અને હતપ્રભ મનોદશાવાળો વીરયોદ્ધો અર્જુન એક શ્રેષ્ઠ વિદ્યાર્થી અને શિષ્ય બનીને પોતાના ગુરુ ભગવાન શ્રીકૃષ્ણના માર્ગદર્શનને અનુસરીને પોતાની આંતરિક શક્તિઓને યોગ્ય દિશામાં વાળીને પોતાના વાસ્તવિક સ્વરૂપને કેવી રીતે પ્રાપ્ત કરે છે, તે લેખિકામહોદયાએ આ સો શ્લોકોના સુયોગ્ય અને સમ્યક્ સ્પષ્ટીકરણ દ્વારા અત્યંત સુંદર રીતે દર્શાવ્યું છે. 'સંપૂર્ણપણે અનાસક્ત થઈને કર્તવ્યપાલન પ્રત્યે સમર્પિત થવું' કર્મયોગનો આ ઉપદેશ

વિદ્યાર્થીઓને આપવામાં આવ્યો છે. પોતાની શારીરિક ક્ષમતાના વિકાસ પ્રત્યે પ્રયત્નશીલ રહીને વિદ્યાર્થીઓએ એ પણ જાણવું જરૂરી છે કે ઇન્દ્રિયોથી શ્રેષ્ઠ મન છે, મનથી શ્રેષ્ઠ છે જાગૃત બુદ્ધિ અને જાગૃત બુદ્ધિથી પણ શ્રેષ્ઠ છે અમર આત્મતત્ત્વ ! આ ચિરંતન સત્યને ધ્યાનમાં રાખીને વિદ્યાર્થીઓએ યોગ્ય દિશામાં પગલાં ભગવા જોઈએ.

પોતાના વિકાસ ઉપરાંત 'વૈશ્વિક વિદ્યાર્થી' બનવું એ અત્યારના સમયની મુખ્ય જરૂરિયાત છે, એમ સમજાવતાં લેખિકા મહોદયાએ

'युक्ताहार विहारस्य युक्तचेष्टस्य कर्मसु' એ સંદેશ વિશેષરૂપે ઉજાગર કર્યો છે. વિદ્યાર્થીઓ દ્વારા આ દિશામાં કરવામાં આવતા પ્રયત્નોથી તેમનામાં ઈશ્વર પ્રત્યે અસીમ શ્રદ્ધાનું નિર્માણ થાય તેમ જ તેમને દૈવી ગુણોનું જ્ઞાન થાય, એ રીતે આની રચના કરવામાં આવી છે. આનો અભ્યાસ કરનારા વિદ્યાર્થીઓએ પોતાનામાં રહેલા સાત્ત્વિક, રાજસિક અને તામસિક ગુણોને પારખીને પોતાની પ્રકૃતિ અનુસાર પ્રગતિના પથ પર કેવી રીતે ચાલવું, તે ખૂબ સુંદર રીતે જણાવ્યું છે. જાણીતા મનોવૈજ્ઞાનિકો અને માર્ગદર્શકો વિદ્યાર્થીઓને જે રીતે માર્ગદર્શન આપે છે તે રીતે વિવિધ ઉદાહરણો દ્વારા લેખિકા મહોદયાએ સલાહસૂચન આપ્યાં છે. પ્રત્યેક પરિસ્થિતિનું જુદી જુદી રીતે અવલોકન કર્યા પછી અર્જુન જે રીતે અંતિમ નિર્ણય લે છે અને એને પૂર્ણ કરે છે એ જ રીતે વિદ્યાર્થીઓ પણ જીવનમાર્ગ પર ચાલવાનો નિર્ણય લે તો તેમનું જીવન અવશ્ય સફળ થશે, એમ લેખિકા-મહોદયાએ ખૂબ સરળતાથી વર્ણન કર્યું છે.

શ્રીમતી ભાવનાબહેન બઢેએ પોતાના ગુરુ શ્રીમાન મધુસૂદનજી દામલેના માર્ગદર્શન અનુસાર લખેલા આ પુસ્તકની જેટલી પ્રશંસા કરીએ તેટલી ઓછી છે. લેખિકા મહોદયાનું પુનઃ અભિનંદન કરતાં, વિદ્યાર્થીઓને અનુરોધ કરું છું કે આને ગીતાનો પ્રસાદ માનીને ગ્રહણ કરજો અને તમારા ચારિત્ર્યને ઉન્નત બનાવજો.

– શ્રીરામ મોરેશ્વર ખાંડવે

કાર્યવાહક, યોગાભ્યાસી મંડળ,
રામનગર, નાગપુર

આશીર્વચન

"કૃષ્ણ નવનીત" નામનું આ નાનું પુસ્તક, ભગવદ્ગીતામાં ભગવાન શ્રીકૃષ્ણે અર્જુનને આપેલા ઉપદેશનું નવનીત રજૂ કરે છે. દૂધમાં નવનીત તો રહેલું જ છે, પરંતુ ઘણા મંથન પછી તે પ્રાપ્ત થાય છે, તે રીતે આ પુસ્તકના લેખિકા ડૉ. ભાવનાબહેન બઢેએ ખૂબ મંથન કરીને શાળાના બાળકો માટે ભગવદ્ ગીતાનું નવનીત સરળ શબ્દોમાં પ્રસ્તુત કર્યું છે. ભગવદ્ગીતા જેવા ગંભીર શાસ્ત્રનો ઉપદેશ બાળકો જીવનમાં ઉતારી શકે અને એ રીતે જીવનને સફળ કરી શકે તે માટેનો આ સ્તુત્ય પ્રયત્ન છે અને લેખિકાને તે બદલ ધન્યવાદ પાઠવું છું.

ભગવદ્ગીતા નિષ્કામ કર્મ પર અને સમદષ્ટિ પર ખૂબ ભાર મૂકે છે અને લેખિકાએ પણ આ પુસ્તકમાં આ બે વિષયોને ખૂબ મહત્ત્વ આપ્યું છે. જીવન વ્યવહારમાં માનવીએ સતત એક અથવા બીજા પ્રકારનું કર્મ તો કરવાનું જ છે અને તે જો ઉદાત્ત ભાવનાથી અને ખંતથી કરવામાં આવે તો વ્યક્તિની આધ્યાત્મિક અને વ્યાવહારિક ઉન્નતિનું પણ સાધન બને છે અને સમર્પણની ભાવનાને કારણે સમાજની અને અંતે રાષ્ટ્રની ઉન્નતિનું પણ સાધન બને છે. બાળકોના મનમાં આ ખ્યાલ દઢ બને તે માટે પુસ્તકમાં તે વારંવાર દોહરાવવામાં પણ આવ્યો છે.

સર્વત્ર સ્વાભાવિક રૂપથી રહેલા ઈશ્વરીય તત્ત્વને ધ્યાનમાં રાખીને, તેનું આવાહન કરતાં કરતાં યોગની ભાવનાથી કર્મ કરવાના સંદેશને પણ વારંવાર દોહરાવવામાં આવ્યો છે. તમોગુણમાંથી જન્મનારી નિષ્ક્રિયતાનો ત્યાગ કરીને, રજોગુણનું

આવાહન કરીને સક્રિય બનવાનું ભગવાન અર્જુનને કહે છે અને પછી તેનાથી ઉપર ઊઠીને નિષ્કામ બનવાનું ભગવાન શીખવે છે. સ્વાર્થ વધારે સ્વાભાવિક છે અને તેથી પ્રત્યેક કર્મને સ્વાર્થમાંથી મુક્ત થવાની પ્રક્રિયા બનાવવાનો ઉપદેશ ભગવાન કહે છે. મન ધીરે ધીરે સ્વાર્થથી, રાગ-દ્વેષથી મુક્ત થતું જાય છે અને માનવી આત્માનો સ્વાભાવિક આનંદ પ્રાપ્ત કરતો જાય છે. અંતઃકરણ જ્ઞાન માટેની પરિપક્વતા પ્રાપ્ત કરતું જાય છે અને છેવટે આત્મજ્ઞાન દ્વારા સ્થિતપ્રજ્ઞતારૂપી જીવનનું ધ્યેય સિદ્ધ કરે છે.

શ્રીમતી વૈદેહીબહેન અધ્યારુએ આવા ઉત્તમ પુસ્તકનો ગુજરાતીમાં ભાવાનુવાદ કર્યો છે. ગુજરાતી ભાષા પરનું તેમનું પ્રભુત્વ અને ભગવદ્‌ગીતાના ઉપદેશની સમજની સૂક્ષ્મતા તેમાં તરત જણાઈ આવે છે. વૈદેહીબહેનને પણ આ સુંદર કાર્ય માટે હું ધન્યવાદ આપું છું.

વિદ્યાર્થીઓ રસથી અને એકાગ્રતાથી આ પુસ્તકનું અધ્યયન કરે, તેના ઉપદેશને આત્મસાત્ કરે અને એ રીતે જીવનને સફળ બનાવે તેવા આશીર્વાદ.

– સ્વામી વિદિતાત્માનંદ

આવકાર

ભારત સરકારની નવી શિક્ષણનીતિ અનુસાર ચારિત્ર્યઘડતરમાં ઉપયોગી થાય એવા વિષયોને સ્થાન મળ્યું છે. એને આધારે ગુજરાતની વર્તમાન સરકારે શાળાના શિક્ષણમાં ભગવદ્‌ગીતાને સ્થાન આપ્યું છે. આવા સમયે શિક્ષકો અને બાળકોને યોગ્ય માર્ગદર્શન મળે તેવું ગીતાનું સ્વરૂપ એ આજની તાતી આવશ્યકતા છે.

આજે સમાજની અપેક્ષાને કેન્દ્રમાં રાખીને Krishna's Butter for the Champion Students' (By Smt. Bhavna Badhe) નું ગુજરાતી રૂપાન્તર શ્રીમતી વૈદેહી પાર્થિવકુમાર અધ્યારુ દ્વારા આપણને પ્રાપ્ત થાય છે. 'આજની ઘડી રળિયામણી' માનીને હું એને હૃદયથી આવકારું છું.

શ્રીમતી વૈદેહીએ શ્રીમદ્ ભાગવત પુરાણની શ્રીધરી ટીકાનું ગુજરાતીમાં અનુવાદ પાંચ પાંચ દળદાર ભાગોમાં આપણને આપીને આ વિષયની પોતાની સજ્જતા સિદ્ધ કરી દીધી છે. અહીં મૂળ અંગ્રેજી ગ્રંથનો શબ્દશઃ અને કઢંગો અનુવાદ કરવામાં નથી આવ્યો પણ મૂળના પ્રાણતત્ત્વને ઉજાગર કરવાનો પ્રશસ્ય પ્રયાસ છે. પુસ્તક બાળકો માટે છે એટલે બાળકોને સમજાય તેવી સરળ શૈલી અપનાવીને શ્રીમતી વૈદેહીબેને જે કાર્ય ખંતપૂર્વક કર્યું છે, તે આપણી પ્રશંસાને પાત્ર છે.

વાસ્તવમાં આ 'ગોવિંદનું ગીતામૃત' છે અને અમૃત કોને વહાલું ન લાગે ? વળી એના ગાયક ગોવિંદ હોય પછી તો કહેવું જ શું ? આ અમૃતને આબાલવૃદ્ધ સુધી પહોંચાડવાનું પ્રશસ્ય કાર્ય કરવા બદલ શ્રીમતી વૈદેહીબેનને સવિશેષ અભિનંદન.

મને આશા છે કે જે બાળકો માટે આ ઉપક્રમ કરવામાં આવ્યો છે તેઓને આ નવનીત આનંદદાયક અને જીવનમાં ઉપયોગી સિદ્ધ થશે.

પુનઃ ધન્યવાદ સાથે શુભાકાંક્ષી

– ગૌતમ પટેલ
M.A., Ph.D., D.Litt.
(Honoured by the President of India)

करिष्ये वचनं तव

પરમ આરાધ્યા જગત-જનની શ્રીશ્રીમા આનંદમયી માતાજી તથા પ્રાતઃસ્મરણીય પૂજ્ય સ્વામીજી શ્રીવિદિતાત્માનંદજી સરસ્વતીના શ્રીચરણોમાં પ્રણામ કરીને તેમના જ કૃપાપ્રસાદથી થયેલા આ ભાવાનુવાદને હું તેમના ચરણકમળમાં સમર્પિત કરું છું.

भूयिष्ठां ते नम उक्तिं विधेम ।

અખિલ બ્રહ્માંડના સ્વામી ભગવાન શ્રીકૃષ્ણ સ્વમુખે કહે છે કે ગીતા મારું હૃદય છે એટલે શબ્દોથી સમજાય કે અક્ષરોથી ઉકેલી શકાય તે ગીતા નથી. ગીતાને તો હૃદયથી જ વાંચી શકાય.

ચૈતન્યનું અલૌકિક, અદ્‌ભુત, અવિરત વહેતું જ્ઞાનરૂપી ઝરણું એટલે ગીતા. ભારતવર્ષની અમર આધ્યાત્મિક પરંપરાના સર્વોચ્ચ શિખર પર તત્ત્વજ્ઞાનની ઝળહળતી શાશ્વત જ્ઞાનજ્યોતિ એટલે ગીતા.

રંગબેરંગી પુષ્પોનો સાર જેમ મધમાં છે, વિવિધ વનસ્પતિનું તત્ત્વ જેમ દૂધમાં છે, સર્વ સરિતાનું સત્ત્વ જેમ સાગરમાં છે તેમ સર્વ ઉપનિષદોનું રહસ્ય, શાસ્ત્રોનો નિચોડ, વેદોનું તાત્પર્ય અને સંતોના સાક્ષાત્કારનો નિષ્કર્ષ ગીતામાં સરળતાથી સંગૃહીત થયેલો છે. ઉપનિષદોનું મંથન કર્યા પછી તરી આવેલું નવનીત એટલે ગીતાનું જ્ઞાનામૃત. વેદ-ઉપનિષદના મહાન જ્ઞાનસાગરને ગીતાએ પોતાની નાનકડી ગાગરમાં સમાવી લીધો છે. એટલે જ ગીતામાં સર્વ શાસ્ત્રનો સમન્વય છે.

'सर्वशास्त्रमयी गीता'

માનવજીવનનાં ચિરંતન મૂલ્યોને ભગવાને ગીતામાં ગૂંથ્યા છે. આવો અમૂલ્ય ગ્રંથ માનવમાત્રને આપવા છતાં ભગવાનની નમ્રતા કેટલી અદ્‌ભુત છે ! ભગવાન કહે છે કે આમાં મારું કંઈ પણ મૌલિક નથી ! ઋષિઓએ જે અનેકવાર અનેક પ્રકારે ગાયું છે, તે જ હું ફરીથી કહું છું.

'ऋषिभिर्बहुधा गीतम्'

ભગવાનની આ નમ્રતા પર વારી ગયેલા શ્રીમદ્ આદ્ય શંકરાચાર્યજી 'શ્રીકૃષ્ણાષ્ટક' નામના સ્તોત્રમાં ભગવાનને **'मेघसुन्दरम्'** કહીને બિરદાવે છે. સમુદ્રમાંથી પાણી શોષીને નિર્માણ થતા મેઘનું પાણી ભલે એનું પોતાનું ન હોય પણ મીઠાશ એની પોતાની છે ! તેવી જ રીતે ગીતાનું જે માધુર્ય છે તે મધુરાધિપતિ માધવનું પોતાનું છે. મોહનના મુખારવિંદમાંથી નીકળેલું આ માખણરૂપી

અમૃતગીત એટલું માધુર્યપૂર્ણ છે કે સાહિત્ય-રસિકો, કર્મવીરો, જ્ઞાનીઓ, ભક્તો અને વૈયાકરણીઓના હૃદય પણ ગીતાનું શબ્દલાલિત્ય જોઈને ડોલી ઊઠે છે !

ગીતા એ 'મા' છે. જગતમાં બીજી ઘણી સ્ત્રીઓ સારી હોય પણ 'મા' ની તોલે કોઈ ન આવે. 'મા'નું સ્તનપાન કર્યા વિના બાળક પુષ્ટ થાય નહીં તેમ ગીતાનું અમૃતપાન કર્યા વગર માનવીનું પુષ્ટ થવું અશક્ય છે.

વળી, પરમેશ્વરે જાણે પ્રેમપત્ર લખ્યો હોય તેમ ગીતામાં આપણને પુષ્કળ આશ્વાસનો અને વચનો ભગવાને સ્વમુખે આપ્યા છે.

વહાલા વિજેતા વિદ્યાર્થીઓ ! ભગવાને ગીતામાં આપેલાં આશ્વાસનો અને વચનો તમે ખોળી કાઢજો. એ વચનોમાં તમને હૃદયનું સૌંદર્ય, માતૃમસૃણ માધુર્ય, શક્તિનો સાક્ષાત્કાર અને વેદોનો વૈભવ જણાશે, કારણ કે આ ગીતા તો નંદનંદનનું નવનીત, ગોવિંદનું ગીતામૃત, મોહનનું માખણ, હૃષીકેશનું હૃદય, માધવનું માધુર્ય, શ્રીકૃષ્ણનું નવનીત, શ્યામનો સંદેશો, પરમેશ્વરનો પ્રેમપત્ર, રસેશ્વરનું રસાયણ અને વંશીધરનો વેણુનાદ છે.

એ રીતે તમે ગીતાને અમૃતની જેમ ઘૂંટડે ઘૂંટડે પીતા રહેજો અને ગીતાના સંદેશને આત્મસાત્ કરતા રહેજો. ગીતા ખરેખર હૃદયમાં ત્યારે જ ઊતરી ગણાય કે જ્યારે અર્જુન આપણો આદર્શ બને અને ભગવાન આપણા માર્ગદર્શક બને. આપણે પણ અર્જુનની જેમ ભગવાનને કહી શકીએ કે **'करिष्ये वचनं तव'** 'તમે જે કહ્યું તે કરીશ.'

એટલે અર્જુન ભગવાનને સમર્પિત થઈ ગયો. ભગવાનના ચરણોમાં એ બેસી પડ્યો અને ભગવાનનાં ખોળામાં માથું મૂકી દીધું. વિષાદથી આરંભાયેલી યાત્રા પ્રસાદમાં પરિણમી અને સંશયથી શરુ થયેલી યાત્રા સમર્પણમાં વિરમી. તેનું જીવન કૃતકૃત્ય થઈ ગયું. માનવચેતનાનો પરમચેતનામાં સંયોગ થઈ ગયો ! જાણે કે **'करिष्ये वचनं तव'** કહીને શિષ્યે સદ્‌ગુરુ ઉપર પ્રેમાભિષેક કરી દીધો !

તો હવે વિજયલક્ષ્મી પણ અર્જુનને જ વરે ને ? પરમેશ્વર જેની પડખે ઊભો હોય તેની કદી હાર ન થાય. જ્યાં યોગેશ્વર શ્રીકૃષ્ણ છે અને જ્યાં ધનુર્ધારી અર્જુન છે ત્યાં વિજય છે, વિભૂતિ છે, ધ્રુવ નીતિ છે.

ગીતાનું અધ્યયન કરનારા સૌ કોઈ અર્જુનની જેમ શ્રીકૃષ્ણની શરણાગતિ સ્વીકારી ભગવાનની કૃપા મેળવે અને જીવનમાં વિજય પ્રાપ્ત કરે એવી પ્રભુને પ્રાર્થના.

– વૈદેહી પાર્થિવકુમાર અધ્યારુ

અનુક્રમણિકા

મનોગત

છેલ્લા ઘણા વખતથી મનમાં તીવ્ર ઇચ્છા હતી કે શ્રીમદ્ ભગવદ્ ગીતામાં જે અપાર શાશ્વત જ્ઞાનનો ભંડાર પરમાત્માએ સમસ્ત માનવ જાતિના કલ્યાણ માટે પ્રકટ કર્યો છે તેમાંથી વિદ્યાર્થીઓના ચારિત્ર્યઘડતર માટે ઉપયોગી બને તેવું જ્ઞાન સુગમ, સરળ તથા આંશિક રૂપે વિદ્યાર્થીઓ સુધી કેવી રીતે પહોંચાડી શકાય ? ક્યારેક મનમાં એવી પણ આશંકા જાગે કે જે વિદ્યાર્થીઓ સુધી આ જ્ઞાન પહોંચાડવાનો પ્રયાસ કરવો છે તેમની વય જોતાં આ વિષય સમજવો તેમને માટે કઠિન તો નથી ને ?

આ આશંકા દૂર કરવા માટે મેં મારા ગુરુ શ્રી મધુસૂદન દામલેજીને પ્રાર્થના કરી કે કૃપા કરીને આ માટે મને માર્ગદર્શન કરાવો. તેમનું માર્ગદર્શન પ્રાપ્ત કરીને તે અનુસાર પુદુચેરી સ્થિત 'વિદ્યાનિકેતન' પાઠશાળાના નવમા ધોરણના વિદ્યાર્થીઓને અલ્પાહારના વિરામ દરમિયાન અંગ્રેજીમાં ગીતાના જ્ઞાનથી પરિચિત કરવાનો પ્રારંભ કર્યો. પ્રાયોગિક ધોરણે કરવામાં આવેલા આ પ્રયત્નનો સુંદર પ્રતિસાદ મળ્યો. વિદ્યાર્થીઓનો ઉત્સાહ અને રુચિ જોઈને મને ખૂબ સંતોષ થયો.

બે કક્ષાઓને ભણાવ્યા પછી વિદ્યાર્થીઓએ પોતે જ સૂચન કર્યું કે આ વિષયનું પુસ્તક લખવામાં આવે તો અભ્યાસ વધુ રસપ્રદ બને. આ સૂચનથી હું આનંદવિભોર થઈ ગઈ. આ રીતે Krishna's Butter for The Champion Students નામના પુસ્તકને મૂર્ત સ્વરૂપ પ્રાપ્ત થવાની શરૂઆત થઈ.

ત્યાર પછી મારા ગુરુબંધુ શ્રી અરવિંદ ચાંદોરકરે આ પુસ્તકનો હિન્દી ભાષામાં ભાવાનુવાદ કર્યો અને અમદાવાદ સ્થિત શ્રીમતી વૈદેહી અધ્યારુએ

તેનો ગુજરાતીમાં ભાવાનુવાદ કર્યો, જે આપની સમક્ષ પ્રસ્તુત થઈ રહ્યો છે.

વર્તમાન સમયમાં શ્રીમદ્ ભગવદ્ ગીતાની ઉપયોગિતા અને સર્વવ્યાપકતાના સંદર્ભમાં મારા ગુરુ શ્રી દામલેજીનું કથન કેટલું યથાર્થ છે ! તેઓ કહે છે - શ્રીમદ્ ભગવદ્ ગીતામાં સમાયેલું સર્વ જ્ઞાન, ઉપદેશ અને તત્ત્વ સર્વથા પરિપૂર્ણ છે તેમ જ સર્વ જનસમુદાય તથા વિભિન્ન સંપ્રદાયો દ્વારા અંગીકાર કરવા યોગ્ય છે. તેને અનુસરવાથી યોગી ઉત્તમ યોગી બને છે, યોદ્ધા ઉત્તમ યોદ્ધા બને છે, વેપારી અને ધંધાદારી ઉત્તમ વેપારી અને ધંધાદારી બને છે, રાજકારણી ઉત્તમ રાજકારણી બને છે, શિક્ષક અને આચાર્ય ઉત્તમ શિક્ષક અને આચાર્ય બને છે તથા વિદ્યાર્થી ઉત્તમ વિદ્યાર્થી બને છે.

શ્રી દામલેજીની છત્રછાયામાં ઉછરેલા શ્રી સુશ્રુત બઢેજીનું ગીતા પરનું કાવ્યાત્મક પુસ્તક 'The Rhythm of Krishna' મારું અંગ્રેજી પુસ્તક 'Krishna's Butter for Champion Students' તેમ જ મારા ગુરુબંધુ શ્રી અરવિંદ ચાંદોરકર દ્વારા મારા આ પુસ્તકનો પ્રથમ મરાઠીમાં અને પછી હિંદીમાં કરવામાં આવેલો ભાવાનુવાદ - આ બધું જ કેવળ એક સંયોગ નથી પણ પરમાત્માનો કૃપાપ્રસાદ છે, એવો મારો દૃઢ વિશ્વાસ છે.

શ્રીમદ્ ભગવદ્ ગીતા એક એવી કાલાતીત રચના છે જે આપણને જીવન સર્વોત્તમ રીતે કેવી રીતે જિવાય, એની કળા અને એનો સિદ્ધાંત શીખવે છે. જો આપણે એ જાણી લઈએ કે જીવન પ્રત્યે આપણે અપનાવેલો દૃષ્ટિકોણ સુયોગ્ય છે કે નહીં તો આપણું સમગ્ર જીવન પરમાત્મા પ્રત્યે પૂર્ણપણે અભિમુખ થઈ શકે. અર્થાત્ શ્રીમદ્ ભગવદ્ ગીતા જીવનનું રૂપાંતર કરવા માટે નિઃશંકપણે સહાયકારી છે. એક તરફ ભગવાન શ્રીકૃષ્ણનું વ્યક્તિત્વ આપણને શીખવે છે કે આદર્શ ગુરુ અથવા શિક્ષક કેવો હોય અથવા કેવો હોવો જોઈએ તો બીજી તરફ અર્જુનનું વ્યક્તિત્વ એ શીખવે છે કે આદર્શ શિષ્ય અથવા વિદ્યાર્થી હંમેશા નિષ્ઠાવાન, પ્રમાણિક, જ્ઞાનપ્રાપ્તિ માટે સદાય તત્પર તથા જીવનવિષયક પ્રશ્નો પ્રત્યે ઉત્સુક અને જિજ્ઞાસુ હોવો જોઈએ.

ભગવાન શ્રીકૃષ્ણ પોતાના પ્રિય શિષ્ય અર્જુનને કહે છે કે જીવન શ્રેષ્ઠ રીતે વ્યતીત કરવું હોય તો સદૈવ સર્વોત્તમ અને પરિપૂર્ણ વિદ્યાર્થી બની રહો. જો આપણે પણ આ જ દૃષ્ટિકોણ અપનાવીએ અને ભગવાન શ્રીકૃષ્ણે દર્શાવેલા માર્ગ ઉપર ચાલીએ તો આપણું પણ જીવન સર્વોત્કૃષ્ટ બની જશે.

આજની પાઠશાળાઓમાંથી જ ભારતના ભવિષ્યનું નિર્માણ થવાનું છે. રાષ્ટ્રના નિર્માણમાં આજના વિદ્યાર્થીઓનું જ વિશેષ યોગદાન રહેશે. એ દૃષ્ટિએ વિદ્યાર્થીઓના જીવન-ઘડતરને સહાયરૂપ થાય તેવા વિશિષ્ટ શ્લોકોને તેમની ઉપયુક્તતા અનુસાર ચૂંટવામાં આવ્યા છે. આનો મુખ્ય ઉદ્દેશ એ છે કે વિદ્યાર્થીઓ પ્રત્યેક વ્યક્તિ, શિક્ષક, પરિવાર તથા સમાજ સાથે જીવન વ્યતીત કરે ત્યારે કોઈ પણ પ્રકારની ક્લિષ્ટતાનો સામનો કર્યા વિના ગીતાના ઉચિત, વ્યવહારુ તત્ત્વજ્ઞાનનું સહજતાપૂર્વક અનુસરણ કરી શકે.

વ્યક્તિ જે પ્રેરણાથી કાર્ય કરે છે તેના પર તેના જીવનની ઉત્તમતાનો આધાર હોય છે. પોતાની અંદર રહેલી મૂળ પ્રેરણા સાથે જોડાયેલા રહસ્યનું પોતાની બાહ્ય પ્રેરણામાં રૂપાંતર કરીને તે અનુસાર જીવન વ્યતીત કરવાના રહસ્યનું ઉદ્‌ઘાટન એટલે ગીતામાં રહેલો 'શ્રીકૃષ્ણાર્જુનસંવાદ' !

પ્રિય વિદ્યાર્થીઓ, આ સંદેશાને ગીતાનો પ્રસાદ માનીને ગ્રહણ કરજો, આને પૂર્ણપણે અપનાવજો કારણકે આમાં જીવનને પૂર્ણપણે બદલીને સર્વોત્તમ બનાવવાની ક્ષમતા છે. વળી, તમને એ જણાવવું પણ જરૂરી છે કે શ્રી સુશ્રુત બઢેજીએ સંસ્કૃતના શ્લોકોની ગેયતા ઉપર વિશેષ ધ્યાન આપવાનું સૂચન કર્યું છે, જેથી શ્લોકો સરળતાથી સમજી શકાય.

મારો આ પ્રયાસ એ વિદ્યાર્થીઓને સમર્પિત છે કે જેમણે અર્જુનની જેમ આદર્શ વિદ્યાર્થી બનવાની અભિલાષાપૂર્વક ભગવાન શ્રીકૃષ્ણ દ્વારા અર્જુનને કરવામાં આવેલા ઉપદેશનો અંગીકાર કરવાનું પ્રણ લીધું છે.

આ ગુજરાતી ભાવાનુવાદના પ્રકાશનમાં શ્રીમતી મીનળ દવે તથા શ્રીમતી કવિતા પટેલે આપેલા સહકાર માટે મિદમ્ ચેરીટેબલ ટ્રસ્ટ તેમનો આભાર માને છે.

પુડુચેરી.

— ભાવના અશોક બઢે

ભૂમિકા

(વિષયપ્રવેશ)

યુદ્ધનો પ્રારંભ

ભગવાન શ્રીનારાયણના જ્ઞાનાવતાર મહર્ષિ વેદવ્યાસજીએ એક લાખ શ્લોકો ધરાવતા સંસ્કૃત મહાકાવ્ય મહાભારતની રચના કરી. આ મહાકાવ્યમાં અઢાર પર્વ અર્થાત્ ખંડ છે. તેના છઠ્ઠા ભીષ્મપર્વમાં શ્રીમદ્ ભગવદ્‌ગીતા આવે છે, જેના અઢાર અધ્યાયોમાં સાતસો શ્લોકો છે.

કુરુકુળમાં ઉત્પન્ન થયેલા પાંડુના પાંડવો અને ધૃતરાષ્ટ્રના કૌરવો હસ્તિનાપુર (દિલ્હી)ની પાસે આવેલા કુરુક્ષેત્રની યુદ્ધભૂમિ પર એકબીજાની સાથે યુદ્ધ કરવા ઉદ્યત થયા છે.

પોતાના દુષ્ટ પુત્ર દુર્યોધનને દુર્ગુણોથી ભરેલો જોઈને સમ્રાટ ધૃતરાષ્ટ્રે જ્યેષ્ઠ પાંડુપુત્ર યુધિષ્ઠિરને રાજ્યના ઉત્તરાધિકારી તરીકે નિયુક્ત કર્યા હતા. યુધિષ્ઠિર અનેક દૈવી સદ્‌ગુણોથી યુક્ત અને સુયોગ્ય ઉત્તરાધિકારી હતા તેમ છતાં દુર્યોધને છળ-કપટ કરીને પોતે જ રાજ્યનું ઉત્તરાધિકારિત્વ પચાવી પાડ્યું. એટલું જ નહીં, તેણે પાંડવોની હત્યા કરવાના પણ અનેક પેંતરા રચ્યા પરંતુ પરમાત્માની કૃપાથી પાંડવોનો વાળ પણ વાંકો થઈ શક્યો નહીં.

કુરુકુળના સુહૃદ, નિરપેક્ષ, નિષ્પક્ષ હિતૈષી ભગવાન શ્રીકૃષ્ણે દુર્યોધન સમક્ષ પ્રસ્તાવ મૂક્યો કે પાંડવોને માત્ર પાંચ ગામ આપવામાં આવે, પરંતુ તે અહંકારી દુર્યોધને આ પ્રસ્તાવ ફગાવી દેતા કહ્યું કે 'પાંચ ગામો તો શું પણ સોયના નાકા જેટલી જમીન પણ પાંડવોને હું નહીં આપું !'

પરિણામે યુદ્ધ અનિવાર્ય થઈ ગયું.

બધા જ રાજા, મહારાજા, અગ્રણી યોદ્ધા અને ગુરુજનો વગેરે યુદ્ધના ભાગરૂપે બન્ને પક્ષોમાં વિભાજિત થઈ ગયા. પોતાની પ્રતિજ્ઞાને કારણે બંધાઈ ચૂકેલા

કુરુકુળના જયેષ્ઠ પિતામહ ભીષ્મ અને કૌરવપાંડવોને શસ્ત્રવિદ્યાનું જ્ઞાન આપનારા ગુરુ દ્રોણાચાર્યને કૌરવોના પક્ષમાં જોડાવું પડ્યું.

ભગવાન શ્રીકૃષ્ણે જાહેર કર્યું કે પોતે યુદ્ધમાં શસ્ત્ર ધારણ નહીં કરે. નિઃશસ્ત્ર ભગવાન કૃષ્ણ અને ભગવાનની વિશાળ નારાયણી સેના - એ બેમાંથી અર્જુને અને દુર્યોધને એકની પસંદગી કરવાની રહેશે.

અર્જુને ભગવાન શ્રીકૃષ્ણને પાંડવોના પક્ષમાં રહેવાની પ્રાર્થના કરી. આથી અતિ પ્રસન્ન થયેલા દુર્યોધને ભગવાનની નારાયણી સેના માગી લીધી.

આમ ભગવાન અર્જુનના સારથિ બનીને યુદ્ધભમિ પર ઉપસ્થિત થયા... અને કુરુક્ષેત્રની રણભૂમિ પર મહાન ગીતાજ્ઞાનનો આવિષ્કાર થયો.

રાજમહેલમાં બિરાજમાન જન્માંધ ધૃતરાષ્ટ્રે દિવ્ય દૃષ્ટિનું વરદાન પામેલા સંજયને પૂછ્યું :

धृतराष्ट्र उवाच

धर्मक्षेत्रे कुरुक्षेत्रे समवेता युयुत्सवः ।

मामकाः पाण्डवाश्चैव किमकुर्वत सञ्जय ॥ १-१ ॥

ધૃતરાષ્ટ્ર કહે છે :

ધર્મક્ષેત્રે કુરુક્ષેત્રે સમવેતા યુયુત્સવઃ

મામકાઃ પાંડવાશ્ચૈવ કિમકુર્વત સંજય. (૧-૧)

હે સંજય, ધર્મક્ષેત્રરૂપી કુરુક્ષેત્રમાં યુદ્ધ કરવા માટે સજજ થયેલા મારા પુત્રો અને પાંડુના પુત્રોએ શું કર્યું ?

આટલી પૂર્વભૂમિકા પછી આપણે આ વિષયમાં પ્રવેશ કરીશું. શ્રીમદ્ ભગવદ્ ગીતાના સિદ્ધાન્ત અને તત્ત્વને જાણવાનો અને સમજવાનો પ્રયત્ન કરીશું. આ સિદ્ધાન્તો જીવનમાં ઊતારવા જેવા છે તેમ જ અત્યંત ઉપયોગી છે. કુરુક્ષેત્રમાં રહેલા કૌરવો અને પાંડવોની જેમ કેટલીકવાર આપણે પણ આપણા અંતર્મનમાં ચાલી રહેલા યુદ્ધનો સામનો કરવો પડતો હોય છે. અંતર્મનનું યુદ્ધ એટલે સારા અને ખોટાનો સંઘર્ષ, સત્ય અને અસત્યનું યુદ્ધ, શ્રેય અને પ્રેયનો સંગ્રામ !

આ ગીતામૃત અંતર્મનના સંઘર્ષનો સામનો કરવાનું સામર્થ્ય આપે છે અને જીવનને સાચી દિશા તરફ વાળવાનું માર્ગદર્શન આપે છે.

પાઠ - ૧

અધ્યાય : ૧

Art by Priti Pandurangan

જીવનની મુશ્કેલ પરિસ્થિતિમાંથી નીકળવાનો માર્ગ ન દેખાતો હોય તો પોતાના વડીલો, શિક્ષકો કે સાચા મિત્રોની મદદ લેવામાં સંકોચ રાખવો જોઈએ નહીં.

પાઠ - ૧

અધ્યાય : ૧

ક્ષોભગ્રસ્ત અને ભ્રમિત અર્જુન

યુદ્ધના પ્રારંભની પૂર્વે અર્જુન ભગવાન શ્રીકૃષ્ણને પોતાનો રથ બન્ને સેનાઓની વચ્ચે લઈ જવાની વિનંતિ કરે છે, જેથી યુદ્ધભૂમિમાં ઉપસ્થિત થયેલા શત્રુપક્ષમાં કયા કયા યોદ્ધાઓ છે, તે જોઈને સુયોગ્ય યુદ્ધનીતિ અપનાવી શકાય.

ભગવાન શ્રીકૃષ્ણ બન્ને સેનાઓની વચ્ચે રથને લાવ્યા ત્યારે અર્જુને શત્રુપક્ષમાં પોતાના મિત્રો, સગા-સંબંધીઓ, ગુરુજનો, આચાર્યો અને આદરણીય વડીલજનોને જોયા. અર્જુન પહેલેથી જ જાણતો હતો કે શત્રુપક્ષમાં સ્વજનો અને ગુરુજનો છે છતાં જ્યારે એ પરિસ્થિતિનો એણે પ્રત્યક્ષ અનુભવ કર્યો ત્યારે છેલ્લી ઘડીએ અણીના સમયે તે નિરાશા અને હતાશાથી ચિંતાગ્રસ્ત થઈ ગયો. તેના હાથમાંથી ગાંડીવ ધનુષ્ય છૂટી ગયું, તેનું શરીર શિથિલ થઈ ગયું, મુખ સુકાઈ ગયું, તે ધ્રૂજવા લાગ્યો અને રથમાં બેસી પડ્યો. વ્યથિત થયેલા અર્જુને ભગવાનને કહ્યું :

'હે ગોવિંદ, હું યુદ્ધ નહીં કરું.'

આપણા જીવનમાં પણ પરીક્ષા, સ્પર્ધા કે અમુક મહત્વપૂર્ણ પ્રસંગે આપણે ભાંગી પડીએ તેવી પરિસ્થિતિનો સામનો કરવાનો વખત આવી પડતો હોય છે. જો કે સામાન્ય મનુષ્યોની પરિસ્થિતિ અને અર્જુનની સમક્ષ ઉપસ્થિત થયેલી પરિસ્થિતિમાં ઘણું અંતર છે. અર્જુન જે પરિસ્થિતિનો સામનો કરી રહ્યો હતો તેમાં અસંખ્ય યોદ્ધાઓના જીવન-મરણનો પ્રશ્ન હતો.

ઘણી વાર કોઈ કાર્ય કરતી વખતે પ્રમાણિક પ્રયત્નો કરવા છતાં ઘણી મુશ્કેલીઓનો સામનો કરવો પડતો હોય છે, ત્યારે હારી-થાકીને બેસી પડવું ઉચિત નથી. આવા કસોટીના સમયે વડીલો, ગુરુજનો અને મિત્રોની સલાહ, સૂચન કે મદદ લેવામાં અચકાવું જોઈએ નહીં. જીવનમાં આવતા પડકારોનો સામનો કરતી વખતે પીછેહઠ કર્યા વિના અર્જુનની જેમ ભગવાનને શરણે જવાથી વિષાદ પ્રસાદ બની જાય છે.

अथ प्रथमोऽध्यायः

अर्जुन उवाच

हृषीकेशं तदा वाक्यमिदमाह महीपते ।
सेनयोरुभयोर्मध्ये रथं स्थापय मेऽच्युत ॥१-२१॥

અર્જુન કહે છે :

હૃષીકેશં તદા વાક્યમિદમાહ મહીપતે,
સેનયોરુભયોર્મધ્યે રથં સ્થાપય મેચ્યુત. (૧-૨૧)

હે રાજા, ત્યાર પછી અર્જુને હૃષીકેશ શ્રીકૃષ્ણને આ પ્રમાણે કહ્યું - હે અચ્યુત, મારો રથ બન્ને સેનાઓની વચ્ચે ઊભો રાખો.

यावदेतान्निरीक्षेऽहं योद्धुकामानवस्थितान् ।
कैर्मया सह योद्धव्यमस्मिन् रणसमुद्यमे ॥१-२२॥
યાવદેતાન્નિરીક્ષેહં યોદ્ધુકામાનવસ્થિતાન્
કૈર્મયા સહ યોદ્ધવ્યમસ્મિન્ રણસમુદ્યમે. (૧-૨૨)

યુદ્ધ કરવાની કામનાથી અહીં યુદ્ધભૂમિમાં રહેલા યોદ્ધાઓનું હું નિરીક્ષણ કરી લઉં અને કોની કોની સાથે મારે યુદ્ધ કરવું યોગ્ય છે, એ જાણી લઉં ત્યાં સુધી (હે અચ્યુત, આ રથને અહીં જ ઊભો રાખો.)

गाण्डीवं स्त्रंसते हस्तात्त्वक्चैव परिदह्यते ।
न च शक्नोम्यवस्थातुं भ्रमतीव च मे मनः ॥१-३०॥
ગાંડીવ સ્રંસતે હસ્તાત્ત્વક્ચૈવ પરિદહ્યતે
ન ચ શક્નોમ્યવસ્થાતું ભ્રમતીવ ચ મે મનઃ (૧-૩૦)

મારા હાથમાંથી ગાંડીવ ધનુષ્ય પડી જાય છે. મારું શરીર પણ તપી ગયું છે, મારું મન ભ્રમિત જેવું થઈ ગયું છે અને ઊભા રહેવા માટે પણ હું અસમર્થ થઈ ગયો છું.

संजय उवाच

एवमुक्त्वार्जुनः संख्ये रथोपस्थ उपाविशत् ।
विसृज्य सशरं चापं शोकसंविग्नमानसः ॥१-४७॥

સંજય કહે છે :

એવમુક્ત્વાર્જુનઃ સંખ્યે રથોપસ્થ ઉપાવિશત્
વિસૃજ્ય સશરં ચાપં શોકસંવિગ્નમાનસઃ (૧-૪૭)

શોકાકુળ મનવાળો અર્જુન આમ કહીને ધનુષ-બાણનો ત્યાગ કરીને રથના પાછલા ભાગમાં બેસી ગયો.૩૭

પાઠ - ૨

અધ્યાય : ૨ (ભાગ-૧)

પ્રત્યેક વ્યક્તિએ હંમેશા યાદ રાખવું જોઈએ કે
સત્યના પક્ષે દૃઢતાપૂર્વક ઊભા રહેવું,
એ તેનું પ્રથમ કર્તવ્ય છે અને અગત્યની ફરજ છે.

પાઠ - ૨

અધ્યાય : ૨ (ભાગ-૧)

ભગવાન શ્રીકૃષ્ણ દ્વારા શાશ્વતસત્યનું કથન

શ્રીમદ્ ભગવદ્ ગીતાના બીજા અધ્યાયના પ્રારંભમાં યુદ્ધભૂમિ પર પોતાના જ ભાઈ-ભાંડુ, સ્વજનો, ગુરુજનો, વડીલો અને ઋષિતુલ્ય મહારથીઓને શત્રુપક્ષમાં ઉપસ્થિત થયેલા જોઇને હતપ્રભ થઈ ગયેલા અર્જુનની અવસ્થાનું વર્ણન છે.

અર્જુન શા માટે હતપ્રભ, શોકગ્રસ્ત અને વ્યથિત થઈ ગયો હતો, એનું કારણ જાણવું જરૂરી છે. સ્વજનો પ્રત્યેની માયા, મોહ અને પ્રેમની ભાવનાઓ તેની બુદ્ધિ પર છવાઈ ગઈ હતી. ભાવનાશીલ અને લાગણીશીલ થવામાં કંઈ ખોટું નથી પરંતુ તેના આવેગને કારણે બુદ્ધિ મોહગ્રસ્ત થઈ જવાથી કર્તવ્યને ભૂલી જવું, એ ઉચિત નથી. ભ્રમિત અને વ્યથિત થયેલો અર્જુન કયું કર્મ કરવા જેવું છે, એનો નિર્ણય ન કરી શક્યો. તેમ છતાં આવી પળે કેવળ પોતાના પરમપ્રિય સખા, સુહૃદ, સહાયક અને ઉપદેશક ભગવાન શ્રીકૃષ્ણ જ માર્ગદર્શન કરાવી શકશે એટલું સમજવાની સૂક્ષ્મતા તેનામાં હતી. અને અંતે થયું પણ એમ જ ! ભગવાન શ્રીકૃષ્ણે જ અર્જુનને પથદર્શન કરાવીને સહાય કરી, સાથ આપ્યો અને સમજ આપી.

નિઃસહાય અને વ્યાકુળ અર્જુન શરણાગત થઈ ભગવાન શ્રીકૃષ્ણને સમર્પિત થઈ ગયો અને કહ્યું - હું આપનો શિષ્ય છું. આપને શરણે આવેલા મને માર્ગદર્શન આપો.

કેટલાક લોકો એમ માનતા હોય છે કે જ્ઞાનીજનો, ગુરુજનો કે વડીલો પાસે નમ્રતાપૂર્વક જઇને તેમનું શરણ લેવું એ શક્તિશાળી શત્રુને શરણે જવા જેવું છે. પરંતુ વસ્તુતઃ આ બન્ને વચ્ચે ઘણું અંતર છે. સુયોગ્ય, જ્ઞાની, અનુભવી વડીલની છત્રછાયામાં જે આનંદ અને સુખ છે એનાથી વધીને બીજે ક્યાંય આનંદ અને સુખ નથી.

એક સામાન્ય ઉદાહરણથી આ વાત સરળતાપૂર્વક સમજી શકાશે. ધારો કે કોઈ વિદ્યાર્થીને ભૂમિતિનો પ્રમેય ન સમજાતો હોય તો તેને તે શીખવવાનું શિક્ષકનું કર્તવ્ય છે. પરંતુ જો વિદ્યાર્થી અહંકાર અને પ્રતીકારની ભાવનાથી શીખવા જાય તેમ જ શિક્ષકની શીખવવાની પદ્ધતિમાં દોષદર્શન કરે તો તે કંઈ જ શીખી નહીં શકે અને શિક્ષકના જ્ઞાન તથા અનુભવનો લાભ તે કદાપિ નહીં મેળવી શકે. આ જ વિદ્યાર્થી જો શાલીનતા અને નમ્રતાપૂર્વક શિક્ષકને વિનંતી કરે અને શિક્ષક દ્વારા શીખવવામાં આવેલી વાતને એકાગ્રતાથી ધ્યાનપૂર્વક ગ્રહણ કરે તો એને અવશ્ય જ્ઞાનપ્રાપ્તિ થશે અને એની સમસ્યાનું સમાધાન થશે.

વિવિધ ક્ષેત્રના અગ્રગણ્ય મહાનુભાવો હંમેશા શ્રેષ્ઠ વિદ્યાર્થીઓ રહ્યા છે. આજીવન વિદ્યાર્થી બની રહેવા જેવું ઉત્તમ કાંઈ જ નથી !

મોહને કારણે ઉદાસ થઈ ગયેલા અર્જુનને ભગવાન શ્રીકૃષ્ણ દેહ અને આત્માની ભિન્નતા, દેહની અનિત્યતા અને આત્માની નિત્યતા જણાવે છે. અર્જુનને ભગવાન સમજાવે છે કે જ્ઞાનીજનો ક્યારેય શોક કરતા નથી કારણકે તેઓ જાણે છે કે આત્માનો નથી અંત કે નથી ઉત્પત્તિ. દેહની યાત્રા બાલ્યાવસ્થા, યૌવનાવસ્થા અને વૃદ્ધાવસ્થા પસાર કરીને સમાપ્ત થઈ જાય છે. દેહની અંદર જે આત્મા રહેલો છે તે અવિનાશી છે. તેનું નથી મૃત્યુ કે નથી જન્મ ! વસ્ત્ર જૂનું થઈ જતાં આપણે તેનો ત્યાગ કરીને જેમ નવું વસ્ત્ર ધારણ કરીએ છીએ તેમ આત્મા એક શરીરનો ત્યાગ કરીને બીજું નવું શરીર ધારણ કરે છે. જે જન્મ્યું છે તેનું મૃત્યુ નિશ્ચિત છે.

જન્મ પછી મૃત્યુ અને પછી ફરી પાછો જન્મ અને પછી મૃત્યુ - એમ સૃષ્ટિનું ચક્ર ચાલ્યા કરે છે. શ્રીમદ્ ભગવદ્ ગીતાનો આ સંદેશ અત્યંત મહત્વપૂર્ણ છે અને જેને આ સિદ્ધાંત સારી રીતે સમજાઈ જાય છે એને ક્યારેય મૃત્યુનો ભય લાગતો નથી કારણ કે એને ખબર છે કે દેહનું મૃત્યુ આત્માની અખંડ યાત્રાનો એક પડાવ માત્ર જ છે. ભગવાન શ્રીકૃષ્ણે જણાવેલા આ રહસ્યને શ્રીમદ્ ભગવદ્ ગીતામાં સાંખ્યયોગ કહેવામાં આવે છે.

ભગવાન શ્રીકૃષ્ણે અર્જુનને કહ્યું કે કોઈ પણ પરિસ્થિતિમાં પ્રત્યેક વ્યક્તિએ પોતાનું કર્તવ્ય કરવું જોઈએ. સત્યનું સમર્થન કરવામાં અને સત્યને પક્ષે દૃઢતાપૂર્વક ઊભા રહેવામાં આપણે ક્યારેય પાછી પાની કરવી જોઈએ નહીં.

અધ્યાય : ૨ (ભાગ-૧)

कार्पण्यदोषोपहतस्वभावः पृच्छामि त्वां धर्मसम्मूढचेताः ।
यच्छ्रेयः स्यान्निश्चितं ब्रूहि तन्मे शिष्यस्तेऽहं शाधि मां त्वां प्रपन्नम् ॥
॥ २-७ ॥

કાર્પણ્યદોષોપહતસ્વભાવઃ પૃચ્છામિ ત્વાં ધર્મસંમૂઢચેતાઃ ।
યચ્છ્રેયઃ સ્યાન્નિશ્ચિતં બ્રૂહિ તન્મે શિષ્યસ્તેડહં શાધિ માં ત્વાં પ્રપન્નમ્
(૨-૭)

(અર્જુન ભગવાનને કહે છે) : કાયરતારૂપી દોષથી અભિભૂત થયેલા સ્વભાવવાળો તેમ જ ધર્મના વિષયમાં શંકાઓથી ઘેરાયેલો હું આપને પૂછું છું કે જે સાધન મારે માટે નિશ્ચિતરૂપે કલ્યાણકારી હોય તે મને કહો કારણ કે હું આપનો શિષ્ય છું. હું આપને શરણે આવ્યો છું. આપ મને માર્ગ બતાવો.

श्रीभगवानुवाच ।

देहिनोऽस्मिन्यथा देहे कौमारं यौवनं जरा ।
तथा देहान्तरप्राप्तिर्धीरस्तत्र न मुह्यति ॥ २-१३ ॥

દેહિનોસ્મિન્યથા દેહે કૌમારં યૌવનં જરા
તથા દેહાન્તરપ્રાપ્તિર્ધીરસ્તત્ર ન મુહ્યતિ. (૨-૧૩)

શ્રીભગવાન કહે છે :

જેવી રીતે જીવાત્માની આ દેહમાં બાલ્યાવસ્થા, યુવાવસ્થા અને વૃદ્ધાવસ્થા થાય છે તેવી જ રીતે જીવાત્માને અન્ય શરીરની પ્રાપ્તિ થાય છે. આ વિષયમાં ધીર મનુષ્ય મોહિત થતો નથી.

नासतो विद्यते भावो नाभावो विद्यते सतः ।
उभयोरपि दृष्टोऽन्तस्त्वनयोस्तत्त्वदर्शिभिः ॥ २-१६॥

નાસતો વિદ્યતે ભાવો નાભાવો વિદ્યતે સતઃ
ઉભયોરપિ દૃષ્ટોન્તસ્ત્વનયોસ્તત્ત્વદર્શિભિઃ (૨-૧૬)

અસત્ વસ્તુની સત્તા નથી અને સત્‌નો અભાવ નથી. આ બન્નેના તત્ત્વને તત્ત્વજ્ઞાનીજનો સારી રીતે જાણે છે.

वासांसि जीर्णानि यथा विहाय नवानि गृह्णाति नरोपराणि ।
तथा शरीराणि विहाय जीर्णान्यन्यानि संयाति नवानि देही ॥ २-२२॥
વાસાંસિ જીર્ણાનિ યથા વિહાય નવાનિ ગૃહ્ણાતિ નરોપરાણિ
તથા શરીરાણિ વિહાય જીર્ણાન્યન્યાનિ સંયાતિ નવાનિ દેહી. (૨-૨૨)

જેવી રીતે મનુષ્ય જૂનાં વસ્ત્રો ત્યાગીને બીજાં નવાં વસ્ત્રોને ધારણ કરે છે તેવી રીતે જીવાત્મા જીર્ણ દેહને ત્યાગીને બીજાં નવાં શરીરોને પ્રાપ્ત કરે છે.

स्वधर्ममपि चावेक्ष्य न विकम्पितुमर्हसि ।
धर्म्याद्धि युद्धाच्छ्रेयोऽन्यत्क्षत्रियस्य न विद्यते ॥ २-३१॥
સ્વધર્મમપિ ચાવેક્ષ્ય ન વિકમ્પિતુમર્હસિ
ધર્મ્યાદ્ધિ યુદ્ધાચ્છ્રેયોડન્યત્ક્ષત્રિયસ્ય ન વિદ્યતે. (૨-૩૧)

ક્ષત્રિય ધર્મને ધ્યાનમાં રાખીને સત્યના રક્ષણ માટે થનારા આ ધર્મયુદ્ધથી વિમુખ થવું ઉચિત નથી કારણ કે ક્ષત્રિય માટે ધર્મયુદ્ધથી વધીને અન્ય કોઈ કલ્યાણકારી કર્તવ્ય નથી.

પાઠ - ૨

અધ્યાય : ૨ (ભાગ-૨)

Art by Somkanta Chaterjee

પૂર્ણપણે અનાસક્ત રહીને કર્તવ્યપાલન માટે પૂર્ણપણે
સમર્પિત થઈ જવું એ જ કર્મયોગ છે.
શ્રીમદ્ ભગવદ્ગીતામાં પ્રાપ્ત થનારા કર્મયોગનો
આ આધાર છે, રહસ્ય છે.

પાઠ - ૨

અધ્યાય : ૨ (ભાગ-૨)

કર્મયોગનો પાયો

આ અધ્યાયમાં ભગવાન શ્રીકૃષ્ણ પોતાના પ્રિય શિષ્ય અર્જુનને કર્મયોગનું રહસ્ય સમજાવતાં કહે છે કે પોતાનું કર્તવ્ય સુયોગ્ય રીતે કરવું એ જ કર્મયોગ છે જ્યારે નાના નાના કાર્યો અને સામાન્ય કર્તવ્યકર્મો પણ યોગ્ય રીતે કરવામાં આવે છે ત્યારે અત્યંત આશ્ચર્યજનક પરિણામ પ્રાપ્ત થાય છે.

કેટલાક બાળકો ઈનામ અથવા વસ્તુ મેળવવાની લાલચથી કોઈ કાર્ય કે અભ્યાસ વગેરે કરવા માટે તૈયાર થઈ જાય છે. આ રીતે ઈનામ કે વસ્તુ મેળવવાની લાલચથી કાર્ય કરવાથી તે કાર્ય શ્રેષ્ઠ રીતે થઈ શકતું નથી કારણ કે એ સમયે બાળકનું બધું ધ્યાન કાર્ય પૂરું થયા પછી મળનારા ઈનામ ઉપર કેન્દ્રિત થઈ જાય છે. ઈનામની લાલચથી બાળકનું ધ્યાન જલદી જલદી કામ પતાવી દેવામાં હોય છે. આ રીતે કામ પતાવી દેવાથી બાળક કાર્ય પરિપૂર્ણ થવાનો આનંદ ગુમાવી બેસે છે અને કાર્ય કરતી વખતે પ્રાપ્ત થનારા આનંદથી પણ વંચિત થઈ જાય છે. વળી, જો આ રીતે લાલચથી કામ કરવાની ટેવ પડી જાય તો તે બાળકના ઉજ્જવળ ચારિત્રઘડતરમાં પણ વિઘ્નરૂપ બની શકે છે. કોઈ ઈનામ કે વસ્તુમાં રુચિ હોવી એ ખોટું નથી પણ એ રુચિ લોભ કે લાલચમાં પરિવર્તિત થઈ જાય તો તે હાનિકારક બને છે. લોભ અને લાલચ જ સમાજની મોટાભાગની સમસ્યાઓનું કારણ છે. આથી કોઈ પણ કર્મ તેને બદલે કંઈ પ્રાપ્ત કરવાની ઈચ્છા, લોભ કે લાલચથી ન થવું જોઈએ. ફળપ્રાપ્તિની ભાવના મનુષ્યને કર્તવ્યપાલનની ભાવનાથી દૂર હડસેલી મૂકે છે. ફળની આશા રાખ્યા વિના કરવામાં આવેલું કાર્ય મનુષ્યને સુખ અને શાંતિ તો આપે જ છે, સાથે સાથે કાર્ય પણ કુશળતાપૂર્વક શ્રેષ્ઠ રીતે સંપન્ન થાય છે. કાર્યનો આરંભ કરતાં પહેલાં જો મન ફળપ્રાપ્તિના વિચારોમાં ભટકવા લાગે તો કાર્યની ગુણવત્તા ઘટી જાય અને કાર્યમાં ક્ષતિઓ રહી જાય. પરંતુ જો મન ફળપ્રાપ્તિના વિચારોમાં અટવાયા વિના શાંત અને સ્થિર ચિત્તે આનંદપૂર્વક પોતાના કાર્યમાં લાગી જાય તો શ્રેષ્ઠ પરિણામ પ્રાપ્ત કરી શકાય.

કર્મના ફળમાં આસક્તિ ન રાખવી - એનો અર્થ એ જ છે કે પોતાનું કર્મ કુશળતાપૂર્વક અને ઉત્સાહપૂર્વક મન દઈને કરવું. કર્મ કર્યા પછી તેનાથી શું ફળ મળશે, ફળ મળશે કે નહીં - એવી વૃત્તિ ન રાખવી. અનાસક્ત કર્મનું તાત્પર્ય કર્મની સર્વોત્તમ પરિપૂર્ણતામાં છે, ફળ મેળવવાની નહીં. પૂર્ણરૂપે અનાસક્ત થઈને સર્વોત્તમ રીતે કર્તવ્યપૂર્તિ માટે સમર્પિત થઈ જવું, એ જ કર્મયોગ છે. શ્રીમદ્ ભગવદ્ગીતામાંથી પ્રાપ્ત થનારા કર્મયોગનો આ જ આધાર છે, આ જ રહસ્ય છે !

શ્રેષ્ઠ ખેલાડીઓ, યશસ્વી સૈન્યાધિકારીઓ તેમજ સફળ મહાનુભાવોની કાર્યપદ્ધતિનું અવલોકન કરવામાં આવે તો જણાશે કે તે બધા જ કર્મફળ પ્રત્યે અનાસક્ત થઈને પોતાના કાર્ય પ્રત્યે કર્તવ્યપરાયણતાપૂર્વક પુરુષાર્થ અને પરિશ્રમ કરતા હતા. વિકટ પરિસ્થિતિમાં કે સંકટના સમયે ચિત્તને શાંત રાખવું ખૂબ મહત્વનું છે. ચિત્ત શાંત હશે તો મુશ્કેલીમાંથી માર્ગ મળી આવશે. આવા સમયે મન વ્યગ્ર થઈ જાય તો સંકટ નિવારવાનું સામર્થ્ય મનુષ્ય ગુમાવી બેસે. ના તો તે કુશળ નેતા બની શકે કે ના અન્યની સમસ્યાનું સમાધાન કરી શકે !

સદાય શાંત ચિત્ત રાખનારો મનુષ્ય યશ પ્રાપ્ત થવાથી પ્રસન્ન થઈ જતો નથી અને અપયશ મળવાથી નિરાશ થઈ જતો નથી. આવી વ્યક્તિએ સમત્વને પૂર્ણરૂપે અપનાવી જાણ્યું છે. આ અધ્યાયના અંતમાં આવી વ્યક્તિનાં લક્ષણોનું વર્ણન કરવામાં આવ્યું છે, જેને સ્થિતપ્રજ્ઞ, મુનિ કે ઋષિ કહેવામાં આવે છે.

અધ્યાય : ૨ (ભાગ-૨)

नेहाभिक्रमनाशोऽस्ति प्रत्यवायो न विद्यते ।
स्वल्पमप्यस्य धर्मस्य त्रायते महतो भयात् ॥ २-४०॥
નેહાભિક્રમનાશોસ્તિ પ્રત્યવાયો ન વિદ્યતે
સ્વલ્પમપ્યસ્ય ધર્મસ્ય ત્રાયતે મહતો ભયાત્. (૨-૪૦)

આ કર્મયોગમાં કોઈ વિપરીત ફળ કે પરિણામ પ્રાપ્ત થતું નથી. આ કર્મયોગરૂપી ધર્મનું સુ-અલ્પ-થોડું આચરણ પણ મોટી આપત્તિથી બચાવી લે છે.

कर्मण्येवाधिकारस्ते मा फलेषु कदाचन ।
मा कर्मफलहेतुर्भूर्मा ते सङ्गोऽस्त्वकर्मणि ॥ २-४७ ॥
કર્મણ્યેવાધિકારસ્તે મા ફલેષુ કદાચન
મા કર્મફલહેતુર્ભૂર્મા તે સંગોસ્ત્વકર્મણિ. (૨-૪૭)

કર્મ કરવામાં જ તારો અધિકાર છે, તેનાથી ઉત્પન્ન થનારાં ફળોમાં કદાપિ નહીં. કર્મનું ફળ તારો હેતુ ન બનો તેમ જ કર્મ ન કરવામાં પણ તારી આસક્તિ ન થાઓ !

बुद्धियुक्तो जहातीह उभे सुकृतदुष्कृते ।
तस्माद्योगाय युज्यस्व योगः कर्मसु कौशलम् ॥ २-५०॥
બુદ્ધિયુક્તો જહાતીહ ઉભે સુકૃતદુષ્કૃતે
તસ્માદ્યોગાય યુજ્યસ્વ યોગઃ કર્મસુ કૌશલમ્. (૨-૫૦)

સમત્વબુદ્ધિવાળો મનુષ્ય પુણ્ય અને પાપ બન્નેનો આ લોકમાં જ ત્યાગ કરી દે છે. અર્થાત્ તેનાથી મુક્ત થઈ જાય છે, તેથી તું સમત્વરૂપ યોગ માટે પ્રયત્ન કર, કુશળતાપૂર્વક કર્મ કરવું એ જ સમત્વરૂપ યોગ છે.

दुःखेष्वनुद्विग्नमनाः सुखेषु विगतस्पृहः ।
वीतरागभयक्रोधः स्थितधीर्मुनिरुच्यते ॥ २-५६ ॥
દુઃખેશ્વનુદ્વિગ્નમનાઃ સુખેષુ વિગતસ્પૃહઃ
વીતરાગભયક્રોધાઃ સ્થિતધીર્મુનિરુચ્યતે. (૨-૫૬)

દુઃખથી જે દુઃખી ન થાય, સુખની ઈચ્છા ન રાખે તથા રોગ, ભય અને ક્રોધથી જે રહિત છે, તે સ્થિતપ્રજ્ઞમુનિ કહેવાય છે.

પાઠ - 3

અધ્યાય : 3

Art by Priti Pandurangan

જો આપણે અંતરાત્માનો અવાજ સાંભળવા લાગીએ અને અંતરાત્માએ આપેલા સંકેતોને અનુસરીએ તો આપણે આનંદની દિશામાં અવશ્ય વેગપૂર્વક આગળ વધી શકીએ કારણકે સાક્ષાત ઈશ્વર આપણો સારથિ હોય છે.

પાઠ - 3

અધ્યાય : 3

અંતરાત્માનો અવાજ

અર્જુન હતપ્રભ થઈ ગયો હતો ત્યારે ભગવાન શ્રીકૃષ્ણે તેને શાંત અને નિર્લેપ થવાનો ઉપદેશ આપ્યો. વળી પાછું ભગવાને અર્જુનને એમ પણ કહ્યું કે યુદ્ધ કર અને તારા કર્તવ્યનું પાલન કર.

આ બંને વાત વિરોધાભાસી જણાવાથી અર્જુને ભગવાનને પૂછ્યું કે આપ કહો છો કે કર્મ કરતાં જ્ઞાન શ્રેષ્ઠ છે, તો પછી યુદ્ધ કરવાના કર્મમાં મને કેમ જોતરો છો ?

ભગવાન અર્જુનને સમજાવતા કહે છે કે મનુષ્ય એક ક્ષણ માટે પણ કર્મ કર્યા વિના રહી શકતો નથી. પ્રત્યેક ક્ષણ કોઈ ને કોઈ કર્મ થતું જ રહે છે. બહારથી મનુષ્ય કર્મ કરતો ન દેખાય પણ આંતરિક કર્મ થતું જ હોય છે. જેમ કે વિચારવાની ક્રિયા, પાચનક્રિયા, અવલોકન ક્રિયા, શ્વસનક્રિયા વગેરે સતત થયા જ કરે છે. આ તો પ્રકૃતિનો અફર નિયમ છે. કર્મોનો પૂર્ણપણે ત્યાગ કરવો કોઈને માટે સંભવ નથી. એટલે કર્મ હંમેશા અકર્મથી શ્રેષ્ઠ છે. કર્મ દ્વારા જ જીવનમાં વિવિધ અનુભવો થાય છે અને કાર્યશક્તિ પ્રાપ્ત થાય છે. કર્મ કર્યા વિના કાર્યસિદ્ધિ શક્ય નથી. વળી, કર્મમાં આસક્તિ ન રાખવાથી પ્રત્યેક કાર્ય મુક્તપણે થાય છે અને આ રીતે કરાયેલું કર્મ પરમ કર્મ થઈ જાય છે.

ઈશતત્ત્વ આપણી બુદ્ધિ અને જ્ઞાનેન્દ્રિયોની આકલન શક્તિથી પર છે. આ ઈશતત્ત્વ પ્રત્યેક વ્યક્તિની અંદર રહેલું છે અને તે જુદાં જુદાં નામોથી ઓળખાય છે. અંતરમાં રહેલા આ ઈશતત્ત્વના સ્મરણપૂર્વક પોતાનાં સર્વ કર્મો ભગવાનને અર્પણ કરીને કર્તવ્યકર્મ કરતા રહેવું જોઈએ. જો આપણે અંતરાત્માનો અવાજ સાંભળવા લાગીએ અને અંતરાત્માએ આપેલા સંકેતોને અનુસરીએ તો આપણે આનંદની દિશામાં અવશ્ય વેગપૂર્વક આગળ વધી શકીએ કારણકે સાક્ષાત ઈશ્વર આપણો સારથિ હોય છે.

अथ तृतीयोऽध्यायः

अर्जुन उवाच ।

ज्यायसी चेत्कर्मणस्ते मता बुद्धिर्जनार्दन ।
तत्किं कर्मणि घोरे मां नियोजयसि केशव ॥ ३-१ ॥

જ્યાયસી ચેત્કર્મણસ્તે મતા બુદ્ધિર્જનાર્દન !
તત્કિં કર્મણિ ઘોરે માં નિયોજયસિ કેશવ ! (૩-૧)

અર્જુન કહે છે :

હે જનાર્દન ! જો આપ કર્મ કરતા જ્ઞાનને શ્રેષ્ઠ માનો છો તો પછી હે કેશવ, આપ મને (યુદ્ધ કરવાના) ભયંકર કર્મમાં કેમ જોડો છો ?

न हि कश्चित्क्षणमपि जातु तिष्ठत्यकर्मकृत् ।
कार्यते ह्यवशः कर्म सर्वः प्रकृतिजैर्गुणैः ॥ ३-५ ॥

ન હિ કશ્ચિત્ક્ષણમપિ જાતુ તિષ્ઠત્યકર્મકૃત્
કાર્યતે હ્યવશઃ કર્મ સર્વં પ્રકૃતિજૈર્ગુણૈઃ (૩-૫)

ભગવાન કહે છે :

કોઈ પણ મનુષ્ય એક ક્ષણ માટે પણ કર્મ કર્યા વિના રહેતો નથી. કારણકે પ્રકૃતિજનિત ગુણો દ્વારા પરવશ થયેલો મનુષ્ય કર્મ કરવા માટે બાધ્ય છે.

नियतं कुरु कर्म त्वं कर्म ज्यायो ह्यकर्मणः ।
शरीरयात्रापि च ते न प्रसिद्ध्येदकर्मणः ॥ ३-८ ॥

નિયતં કુરુ કર્મ ત્વં કર્મ જ્યાયો હ્યકર્મણઃ
શરીરયાત્રાપિ ચ તે ન પ્રસિદ્ધ્યેદકર્મણઃ (૩-૮)

શાસ્ત્રોમાં કહેલાં કર્મો કરતા રહો કારણ કે કર્મ ન કરવા કરતાં કર્મ કરવું શ્રેષ્ઠ છે. વળી, કર્મ ન કરવાથી શરીરનો નિર્વાહ પણ સિદ્ધ નહીં થાય.

मयि सर्वाणि कर्माणि संन्यस्याध्यात्मचेतसा ।
निराशीर्निर्ममो भूत्वा युध्यस्व विगतज्वरः ॥ ३-३० ॥

મયિ સર્વાણિ કર્માણિ સંન્યસ્યાધ્યાત્મચેતસા
નિરાશીર્નિર્મમો ભૂત્વા યુધ્યસ્વ વિગતજ્વરઃ (૩-૩૦)

અંતર્યામી પરમાત્મા એવા મારામાં ધ્યાન પરોવી સંપૂર્ણ કર્મો મને અર્પણ કર અને આશારહિત, મમતારહિત તથા સંતાપરહિત થઈને યુદ્ધ કર.

इन्द्रियाणि पराण्याहुरिन्द्रियेभ्यः परं मनः ।

मनसस्तु परा बुद्धिर्यो बुद्धेः परतस्तु सः ॥ ३-४२ ॥

ઇન્દ્રિયાણિ પરાણ્યાહુરિન્દ્રિયેભ્યઃ પરં મનઃ

મનસસ્તુ પરા બુદ્ધિર્યો બુદ્ધેઃ પરતસ્તુ સઃ (૩-૪૨)

ઇન્દ્રિયો સ્થૂળ શરીરથી શ્રેષ્ઠ છે. ઇન્દ્રિયોથી મન શ્રેષ્ઠ છે. મનથી બુદ્ધિ શ્રેષ્ઠ છે અને આત્મા બુદ્ધિથી પણ અત્યંત શ્રેષ્ઠ છે.

પાઠ - ૪

અધ્યાય : ૪

Art by Priti Pandurangan

જ્યારે મનુષ્યની અંદર રહેલા
દૈવી ગુણો પ્રકટ થાય છે ત્યારે
તે સાચા અર્થમાં ઈશ્વરનો પ્રતિનિધિ કહેવાય છે.

પાઠ - ૪

અધ્યાય : ૪

પોતાની અંદર રહેલો વિજેતા

ભગવાન શ્રીકૃષ્ણ આ અધ્યાયમાં અર્જુનને વચન આપે છે કે આ ધરતી પર જ્યારે જ્યારે ધર્મને હાનિ પહોંચે છે અને અધર્મની વૃદ્ધિ થાય છે ત્યારે હું અવતાર ધારણ કરું છું. સાધુ પુરુષોનું રક્ષણ કરવા માટે અને દુષ્ટોનો વિનાશ કરવા માટે હું પ્રત્યેક યુગમાં પ્રકટ થાઉં છું. હજારો વર્ષ પૂર્વે કરવામાં આવેલી આ સત્યવાણી આજે પણ યથાર્થ છે. પરંતુ વર્તમાન સમયમાં અવતાર માટે આપણી ધારણા કઈ છે, એ મોટો પ્રશ્ન છે.

આજે લોકોમાં અજ્ઞાનનો અંધકાર છવાયેલો છે અને તેથી સત્પુરુષો દુઃખી થઈ રહ્યા છે. અનેક સમસ્યાઓથી સમાજ ઘેરાયેલો છે. તેમના નિવારણ માટે અનેક દેવદૂતોની આવશ્યકતા છે.

આપણે જોઈએ છીએ કે જ્યારે કોઈ મોટી વિપત્તિ આવી પડે છે ત્યારે લોકો એકબીજાની મદદ કરવા દોડી આવે છે. ઈ.સ. ૨૦૧૬માં ચેન્નઈમાં ભયંકર પૂર આવ્યું ત્યારે સમાજના મધ્યમવર્ગના લોકોએ પણ ધર્મ, નાત-જાત, ક્ષેત્ર, સામાજિક મોભો, ઊંચ-નીચ વગેરેનો વિચાર કર્યા વિના પૂરપીડિતોને નિઃસ્વાર્થભાવે શક્ય તેટલી સહાયતા કરી હતી અને અનેક પ્રકારનાં કષ્ટો વેઠ્યા હતાં. અનેક નિઃસહાય પૂરપીડિતો માટે તેઓએ પોતાના ઘરનાં દ્વાર સુદ્ધા ખોલી નાખ્યા હતાં. આને જ દૈવી ગુણ કહેવામાં આવે છે અને તે ખરેખર પ્રશંસાને પાત્ર છે. જ્યારે પણ મનુષ્યમાં આવા દૈવી ગુણો પ્રકટ થાય છે ત્યારે તે સાચા અર્થમાં દેવદૂત કહેવાને યોગ્ય બને છે.

ત્રીજા અધ્યાયમાં આપણે જોયું કે પ્રત્યેક વ્યક્તિમાં ઈશ્વરીય અંશ રહેલો છે અને અનાસક્તિપૂર્વક કર્મ કરીને આપણે તેની સાથે જોડાઈ શકીએ છીએ. આ અધ્યાયમાં ભગવાન કહે છે કે પોતાના દોષોનો ત્યાગ કરીને, સદ્ગુણોને અપનાવીને અને આ રીતે પોતાનું રૂપાંતર કરીને આપણી અંદર રહેલા દૈવીઅંશને આપણે પ્રકટ કરી શકીએ છીએ.

જો આપણે ભય, ક્રોધ, લાલસા અને ફળની આશા છોડીને કર્મ કરીએ તેમ જ નિષ્કામ ભાવે કરાયેલાં સમસ્ત કર્મો પરમેશ્વરને સમર્પિત કરી દઈએ અને પ્રત્યેક પરિસ્થિતિમાં શાંત, સંયત અને પ્રસન્ન રહીએ તો આપણું જીવન દિવ્ય બની જાય !

અધ્યાય : ૪

अथ चतुर्थोऽध्यायः ।

यदा यदा हि धर्मस्य ग्लानिर्भवति भारत ।
अभ्युत्थानमधर्मस्य तदात्मानं सृजाम्यहम् ॥ ४-७ ॥
યદા યદા હિ ધર્મસ્ય ગ્લાનિર્ભવતિ ભારત
અભ્યુત્થાનમધર્મસ્ય તદાત્માનં સૃજામ્યહમ્. (૪-૭)

હે ભારત (હે ભારતવંશી અર્જુન) ! જ્યારે જ્યારે ધર્મને હાનિ પહોંચે છે અને અધર્મની વૃદ્ધિ થાય છે ત્યારે ત્યારે હું (પૃથ્વી પર) અવતાર ધારણ કરું છું.

वीतरागभयक्रोधा मन्मया मामुपाश्रिताः ।
बहवो ज्ञानतपसा पूता मद्भावमागताः ॥ ४-१० ॥
વીતરાગભયક્રોધા મન્મયા મામુપાશ્રિતાઃ
બહવો જ્ઞાનતપસા પૂતા મદ્‌ભાવમાગતાઃ (૪-૧૦)

જેમણે આસક્તિ, ભય અને ક્રોધનો ત્યાગ કર્યો છે, જેઓ મારું ધ્યાન ધરે છે તથા જેઓ મારો આશ્રય લેનારા છે તેવા જ્ઞાનરૂપી તપથી પવિત્ર થનારા અનેક ભક્તો મારા સ્વરૂપને પ્રાપ્ત થઈ ગયા છે.

यस्य सर्वे समारम्भाः कामसङ्कल्पवर्जिताः ।
ज्ञानाग्निदग्धकर्माणं तमाहुः पण्डितं बुधाः ॥ ४-१९ ॥
યસ્ય સર્વે સમારમ્ભાઃ કામસંકલ્પવર્જિતાઃ
જ્ઞાનાગ્નિદગ્ધકર્માણં તમાહુઃ પંડિતં બુધાઃ (૪-૧૯)

જેનાં સમગ્ર કર્મો કામના અને સંકલ્પથી રહિત છે તથા જેનાં સમસ્ત કર્મો જ્ઞાનરૂપી અગ્નિમાં ભસ્મ થઈ ગયાં છે તેવા મહાપુરુષને જ્ઞાનીજનો (પણ) પંડિત કહે છે.

यदृच्छालाभसन्तुष्टो द्वन्द्वातीतो विमत्सरः ।
समः सिद्धावसिद्धौ च कृत्वापि न निबध्यते ॥४-२२॥

યદૃચ્છાલાભસંતુષ્ટો દ્વંદ્વાતીતો વિમત્સરઃ
સમઃ સિદ્ધાવસિદ્ધૌ ચ કૃત્વાપિ ન નિબધ્યતે. (૪-૨૨:)

પોતાની મેળે પ્રાપ્ત થયેલા પદાર્થોથી જે સંતુષ્ટ રહે છે, સુખ-દુઃખ વગેરે દ્વંદ્વોથી જે મુક્ત થઈ ગયો છે, જે દ્વેષરહિત છે તથા સફળતા અને નિષ્ફળતામાં જે સમત્વ રાખે છે તેવો મનુષ્ય કર્મ કરતો હોવા છતાં પણ બંધનમાં પડતો નથી.

પાઠ - ૫

અધ્યાય : ૫

Art by Priti Pandurangan

મુક્ત અને સુખી જીવન જીવવા માટે
લાલસા અને ક્રોધ પર નિયંત્રણ રાખવું
અત્યંત જરૂરી છે.

પાઠ - ૫

અધ્યાય : ૫

લાલસા અને ક્રોધ પર નિયંત્રણ

અર્જુન ભગવાન શ્રીકૃષ્ણને ફરી એકવાર પ્રશ્ન કરે છે કે સર્વ કર્મોનો પરિત્યાગ કરવો જોઈએ કે ધર્મસંમત કર્મો કરવા જોઈએ ?

ભગવાન શ્રીકૃષ્ણ ઉત્તર આપે છે સર્વકર્મ-પરિત્યાગનો માર્ગ અને ધર્મસંમત કર્મમાર્ગ-આ બન્ને માર્ગ મુક્તિ આપનારા છે પરંતુ ધર્મસંમત કર્મમાર્ગ સરળ છે અને ઉત્તમ છે.

કર્મ કરવાથી જ શ્રેષ્ઠ જ્ઞાન પ્રાપ્ત થાય છે અને જ્ઞાનપ્રાપ્ત થયા પછી જ મનુષ્યને પ્રતીતિ થાય છે કે આ સર્વ જગતમાં એક જ તત્ત્વ વિવિધ રૂપે ભાસે છે. આવો જ્ઞાની વિદ્વાન બ્રાહ્મણમાં, ગાયમાં, હાથીમાં, કૂતરામાં અને પાતકીમાં પણ સમાન દૃષ્ટિવાળો હોય છે, કારણ કે તે સારી રીતે જાણે છે કે સર્વ પ્રાણીઓમાં એક જ દિવ્ય તત્ત્વનો અંશ રહેલો છે.

વળી, ભગવાન શ્રીકૃષ્ણ એક એવો સરળ માર્ગ દર્શાવે છે કે જેને અપનાવીને પ્રત્યેક મનુષ્ય સંસારનાં બંધનોથી મુક્ત થઇને જીવનનો આનંદ માણી શકે. તેઓ કહે છે કે લાલચ અને ક્રોધ કોઈ આવેગને વશ થઇને એકદમ ઉછાળો મારે છે. મનુષ્ય જો આ બન્ને આવેગોને નિયંત્રિત કરીને પ્રત્યેક પરિસ્થિતિમાં સાવધાન અને શાંત રહી શકે તો તેને સર્વોચ્ચ જ્ઞાન પ્રાપ્ત થઈ શકે છે અને તે સદાય અવર્ણનીય આનંદનો અનુભવ કરી શકે છે.

દા.ત. એક વિદ્યાર્થી ઘણા દિવસથી કોઈ મહત્વપૂર્ણ પરીક્ષાની તૈયારી કરી રહ્યો હોય અને એક દિવસ અચાનક એના મનમાં આ બધું છોડીને રમવાની કરવાની તીવ્ર ઇચ્છા સવાર થઈ જાય ત્યારે જો એ પોતાની ઇચ્છા પર નિયંત્રણ ન રાખી શકે તો તે પરીક્ષામાં સારું પરિણામ નહીં મેળવી શકે. વળી, કેટલીક વાર આપણી ધારણા કે અપેક્ષા અનુસાર કંઇ ન થાય તો આપણે તત્કાળ ક્રોધિત થઈ ઊઠીએ છીએ. આવા સમયે કામ અને ક્રોધના આવેગોને સહન કરવાની શક્તિ કેળવવી જરૂરી છે.

જો આપણે સાચા અર્થમાં મુક્ત અને આનંદપૂર્ણ જીવન જીવવું હોય તો લાલસા અને ક્રોધ ઉપર નિયંત્રણ રાખવું જ પડશે. આ માટે પ્રત્યેક કર્મ આપણે સમર્પણની ભાવનાથી કરવું જોઈશે.

જ્યારે માતા પોતાના બાળકો માટે રસોઈ કરે છે ત્યારે એના મનમાં એક જ ભાવના હોય છે કે શ્રેષ્ઠ પ્રકારનું સર્વોત્તમ ભોજન બને. બાળકો પ્રત્યે કેવળ સમર્પણની ભાવનાથી માતા રસોઈ કરે છે. અહીં કર્મ કરતા સમર્પણની ભાવના વધારે મહત્વની હોય છે અને આ ભાવનાથી જ અનેરો આનંદ પ્રાપ્ત થાય છે.

આ પ્રમાણે આપણે પણ આપણા અંતરમાં રહેલા સુહૃદ (પરમાત્મારૂપી મિત્ર)ને સર્વ કાર્યો સમર્પિત કરવાની ભાવનાથી કરીશું તો સર્વ કાર્યો અનાયાસે જ સર્વોત્તમરૂપે સંપન્ન થશે અને આપણે અક્ષય આનંદનો અનુભવ કરી શકીશું. કારણકે આપણા સૌની અંદર જે બેઠો છે તે સંપૂર્ણ લોકોના ઈશ્વરોનો પણ ઈશ્વર છે, પ્રાણીમાત્રનું હિત કરનારો, પરમ દયાળુ, નિઃસ્વાર્થ પ્રેમી અને મિત્ર છે.

अथ पञ्चमोऽध्यायः ।

श्रीभगवानुवाच ।

संन्यासः कर्मयोगश्च निःश्रेयसकरावुभौ ।
तयोस्तु कर्मसंन्यासात्कर्मयोगो विशिष्यते ॥ ५-२ ॥

શ્રીભગવાન કહે છે -
સંન્યાસઃ કર્મયોગશ્ચ નિઃશ્રેયસકરાવુભૌ
તયોસ્તુ કર્મસંન્યાસાત્કર્મયોગો વિશિષ્યતિ (૫-૨)

કર્મસંન્યાસ અને કર્મયોગ બન્ને પરમ કલ્યાણકારી છે પરંતુ આ બન્નેમાં કર્મસંન્યાસ કરતા કર્મયોગ સુગમ હોવાથી શ્રેષ્ઠ છે.

विद्याविनयसम्पन्ने ब्राह्मणे गवि हस्तिनि ।
शुनि चैव श्वपाके च पण्डिताः समदर्शिनः ॥ ५-१८ ॥
વિદ્યાવિનયસંપન્ને બ્રાહ્મણે ગવિ હસ્તિની
શુનિ ચૈવ શ્વપાકે ચ પંડિતા સમદર્શિનઃ (૫-૧૮)

વિદ્યાવિનયયુક્ત બ્રાહ્મણમાં, ગાયમાં, હાથીમાં, કૂતરામાં અને પાતકીમાં પણ જ્ઞાનીજનો સમદૃષ્ટિ રાખનારા હોય છે.

शक्नोतीहैव यः सोढुं प्राक्शरीरविमोक्षणात् ।
कामक्रोधोद्भवं वेगं स युक्तः स सुखी नरः ॥ ५-२३ ॥
શક્નોતીહૈવ યઃ સોઢું પ્રાક્શરીરવિમોક્ષણાત્
કામક્રોધોદ્ભવં વેગં સ યુક્તઃ સ સુખી નરઃ (૫-૨૩)

જે મનુષ્યે શરીર છોડતા પહેલા કામ અને ક્રોધના વેગને સહન કરવાની શક્તિ પ્રાપ્ત કરી લીધી છે તે મનુષ્ય યોગી છે અને તે સુખી છે.

પાઠ - ૬

અધ્યાય : ૬

Art by Priti Pandurangan

જેનામાં વિશ્વબંધુત્વની ભાવનાનો ઉદય થયો છે તે વિદ્યાર્થી જુદા જુદા ધર્મ, જ્ઞાતિ, દેખાવ, સમાજ, આર્થિક સ્થિતિ અને દેશને આધારે કરવામાં આવતા ભેદભાવપૂર્ણ વ્યવહારનું સમર્થન નથી કરતો.

પાઠ - ૬

અધ્યાય : ૬

વિશ્વબંધુત્વની ભાવનાનો ઉદય

આ અધ્યાય જીવનમાં અનુશાસનનું મહત્વ દર્શાવે છે. પૂર્વના અધ્યાયોમાં આપણે જોયું કે ફળની આશા રાખ્યા વિના કર્મ કરવાથી આશ્ચર્યજનક પરિણામ પ્રાપ્ત થાય છે. સર્વ કાર્યો પણ કુશળતાપૂર્વક શ્રેષ્ઠ રીતે સંપન્ન થાય છે. વળી, કર્મફળના ત્યાગથી મનુષ્યનું મન વિશાળ બને છે અને ઔદાર્ય તથા નિઃસ્વાર્થતા જેવા ગુણો ખીલે છે. પરંતુ આમ ત્યારે જ શક્ય બને છે કે જ્યારે આ બધી પ્રક્રિયા અનુશાસનપૂર્વક થાય !

આહાર, નિદ્રા અને દૈનિક કાર્યોની બાબતમાં અનુશાસન, સાતત્ય અને નિયમિતતા - આ ત્રણનું પાલન કરવામાં આવે તો મનને નિયંત્રિત કરવું સરળ બને છે. વિદ્યાર્થી આ ત્રણ સૂત્રોનું પાલન કરે તો તે સંયમશીલ, સહનશીલ અને વિશાળ હૃદયવાળો થશે. વળી, જે દિવ્ય ઈશતત્ત્વ પોતાની અંદર છે તે જ પ્રાણીમાત્રમાં પણ છે, એવું જ્ઞાન થતાં તેનામાં વિશ્વબંધુત્વની ભાવના પણ ખીલશે.

હિતેચ્છુ, મિત્ર, વેરી, નિષ્પક્ષપાતી, મધ્યસ્થી, દ્વેષી, સંબંધી, ધર્માત્મા અને પાપીમાં પણ સમત્વ બુદ્ધિ રાખનારો શ્રેષ્ઠ છે.

આ પ્રકારની વિશાળ અને ઉદાર વિચારધારા ધરાવતો વિદ્યાર્થી અનુશાસનપૂર્વક પોતાનું જીવન વ્યતીત કરશે અને તેના પરિચયમાં આવનાર પ્રત્યેક વ્યક્તિનો સહિષ્ણુતાપૂર્વક સ્વીકાર કરશે તથા તેમની સાથેના વ્યવહારમાં પણ ભેદભાવ નહીં રાખે. આવો વિદ્યાર્થી સાચા અર્થમાં વૈશ્વિક વિદ્યાર્થી છે.

अथ षष्ठोऽध्यायः ।

श्रीभगवानुवाच ।

अनाश्रितः कर्मफलं कार्यं कर्म करोति यः ।
स संन्यासी च योगी च न निरग्निर्न चाक्रियः ॥ ६-१ ॥

અનાશ્રિતઃ કર્મફલં કાર્યં કર્મ કરોતિ યઃ
સ સંન્યાસી ચ યોગી ચ ન નિરગ્નિર્ન ચક્રિયઃ (૬-૧)

શ્રીભગવાન કહે છે :

ફળની આશા રાખ્યા વિના જે કર્મ કરે છે એ જ સાચો સંન્યાસી કે યોગી છે. કર્મનો ત્યાગ કરનાર અથવા અગ્નિનો ત્યાગ કરનાર સંન્યાસી કે યોગી નથી હોતો.

युक्ताहारविहारस्य युक्तचेष्टस्य कर्मसु ।
युक्तस्वप्नावबोधस्य योगो भवति दुःखहा ॥ ६-१७ ॥

યુક્તાહારવિહારસ્ય યુક્તચેષ્ટસ્ય કર્મસુ
યુક્તસ્વપ્રાવબોધસ્ય યોગો ભવતિ દુઃખહા (૬-૧૭)

જે મનુષ્ય નિદ્રા, આહાર, વિહાર અને કર્મોમાં સાતત્ય અને નિયમિતતા રાખે છે તે દુઃખનો વિનાશ કરનારા આ યોગથી લાભાન્વિત થાય છે.

सर्वभूतस्थमात्मानं सर्वभूतानि चात्मनि ।
ईक्षते योगयुक्तात्मा सर्वत्र समदर्शनः ॥ ६-२९ ॥

સર્વભૂતસ્થમાત્માનં સર્વભૂતાનિ ચાત્મનિ
ઈક્ષતે યોગયુક્તાત્મા સર્વત્ર સમદર્શનઃ (૬-૨૯)

સર્વત્ર સમભાવ રાખનારો યોગી પોતાને સર્વ પ્રાણીઓમાં અને સર્વ પ્રાણીઓને પોતાનામાં જુએ છે.

પાઠ - ૭

અધ્યાય : ૭

Art by Somkanta Chaterjee

આ સંસારમાં જે જે
ઉદાત્ત, ઉત્તમ, શુદ્ધ અને મહામંગળ છે
તે ઈશ્વરીય દિવ્ય તત્ત્વમાં સમાયેલું છે.

પાઠ - ૭

અધ્યાય : ૭

સર્વવ્યાપી ઈશતત્ત્વનું અસ્તિત્વ

યોગ એટલે જોડાવું, એકરૂપ થઈ જવું. આ અધ્યાયમાં ભગવાન શ્રીકૃષ્ણ કહે છે જીવ ઈશ્વરથી જુદો નથી. આ વિશ્વ ભગવાનમાં પરોવાયેલું છે. જળમાં રહેલો રસ, ચંદ્ર-સૂર્યમાં રહેલું તેજ, આકાશમાં રહેલો શબ્દ, મનુષ્યમાં રહેલું પૌરુષ, પૃથ્વીમાં રહેલી પવિત્ર ગંધ, અગ્નિમાં રહેલું તેજ, તપસ્વીઓનું તપ એ સ્વયં ઈશ્વર છે. આ ઈશ્વરીય તત્ત્વ સર્વવ્યાપી છે અને આખુંય વિશ્વ ઈશ્વરમાં જ સમાયેલું છે.

ભગવાન શ્રીકૃષ્ણ અર્જુનને કહે છે કે મનુષ્ય પાસે એક જ અપેક્ષા રાખવા યોગ્ય છે અને તે છે સ્વધર્મપાલનની ! પ્રત્યેક વ્યક્તિનો એક વિહિત ધર્મ હોય છે. જેમ કે વિદ્યાર્થીનો ધર્મ જ્ઞાન પ્રાપ્ત કરવાનો છે. શિક્ષકનો ધર્મ જ્ઞાન પ્રદાન કરવાનો છે. ડૉક્ટર કે વૈદ્યનો ધર્મ દર્દીને સાજા કરવાનો છે. દેશનું સંરક્ષણ કરવું એ સૈનિકનો ધર્મ છે. પ્રત્યેક વ્યક્તિની જુદી જુદી નૈતિક ફરજો હોય છે. આ બધા જ જુદા જુદા ધર્મો અંતતઃ માનવ જાતિના કલ્યાણ અને મનુષ્યોના ધર્મના ઉત્થાન માટે જ હોવા જોઈએ. આ મુખ્ય ઉદ્દેશ્યને ધ્યાનમાં રાખીને પ્રત્યેક મનુષ્યે સ્વધર્મપાલન કરવું જોઈએ અને આ જ શ્રેષ્ઠ ધર્મ છે.

ભગવાન અર્જુનને કહે છે કે સુશીલ, સદાચારી વ્યક્તિ જો નિઃસ્વાર્થ ભાવે પ્રમાણિકતાથી કર્મ કરે તો તે સર્વ બંધનોથી મુક્ત થઈ જાય છે કારણ કે કર્મ કરતી વખતે એના મનમાં કોઈ ભૌતિક લાલસા કે આકાંક્ષા હોતી નથી. તેવી જ વ્યક્તિ સાચા અર્થમાં જ્ઞાની હોય છે કારણ કે તેને સર્વવ્યાપી, શાશ્વત, દિવ્ય ઈશતત્ત્વના અસ્તિત્વમાં દૃઢ વિશ્વાસ હોય છે.

श्रीभगवानुवाच ।

ज्ञानं तेऽहं सविज्ञानमिदं वक्ष्याम्यशेषतः ।

यज्ज्ञात्वानेहभूयोन्यज्ञ ज्ञातव्यमवशिष्यते ॥ ७-२ ॥

જ્ઞાનં તેહં સવિજ્ઞાનમિહં વક્ષ્યામ્યશેષતઃ

યજ્જ્ઞાત્વાનેહભૂયોન્યજ્ઞ જ્ઞાતવ્યમવશિષ્યતે (૭-૨)

શ્રીભગવાન કહે છે :

(હે અર્જુન !) હું તને વિજ્ઞાન સહિત આ જ્ઞાન સંપૂર્ણપણે કહું છું. તે જાણ્યા પછી આ લોકમાં અન્ય કાંઈ પણ જાણવા જેવું તારે બાકી રહેશે નહીં. (૭-૨)

रसोऽहमप्सु कौन्तेय प्रभास्मि शशिसूर्ययोः ।

प्रणवः सर्ववेदेषु शब्दः खे पौरुषं नृषु ॥ ७-८ ॥

રસોહમપ્સુ કૌન્તેય પ્રભાસ્મિ શશિસૂર્યયોઃ

પ્રણવઃ સર્વવેદેષુ શબ્દઃ ખે પૌરુષં નૃષુ. (૭-૮)

હે, કૌંતેય, જળમાં હું રસ છું. ચંદ્ર-સૂર્યનું તેજ હું છે. સર્વ વેદોમાં હું પ્રણવ (ઓમકાર) છું, આકાશમાં હું શબ્દ છું અને પુરુષોમાં હું પૌરુષ છું. (૭-૮)

पुण्योगन्धः पृथिव्यां च तेजश्चास्मि विभावसौ ।

जीवनं सर्वभूतेषु तपश्चास्मि तपस्विषु ॥ ७-९ ॥

પુણ્યોગંધઃ પૃથિવ્યાં ચ તેજશ્ચાસ્મિ વિભાવસૌ

જીવનં સર્વભૂતેષુ તપશ્ચાસ્મિ તપસ્વિષુ. (૭-૯)

વળી, પૃથ્વીમાં હું પવિત્ર ગંધ છું. અગ્નિમાં હું તેજ છું. સર્વ પ્રાણીઓમાં હું જીવન છું અને તપસ્વીઓમાં હું તપ છું. (૭-૯)

बलं बलवतां चाहं कामरागविवर्जितम् ।

धर्माविरुद्धो भूतेषु कामोऽस्मि भरतवर्षभ ॥ ७-११ ॥

બલં બલવતાં ચાહં કામરાગવિવર્જિતમ્

ધર્માવિરુદ્ધો ભૂતેષુ કામોસ્મિ ભરતર્ષભ. (૭-૧૧)

મહાબળવાનોનું બળ, સામર્થ્ય હું છું અને આ સામર્થ્ય આસક્તિ તથા કામના વગરનું છે. હે ભરતશ્રેષ્ઠ, સર્વ પ્રાણીઓમાં ધર્મને અનુકૂળ એવો જે વિશુદ્ધ કામ છે (ભોગેચ્છા છે), તે પણ હું છું. (૭-૧૧)

येषां त्वन्तगतं पापं जनानां पुण्यकर्मणाम् ।
ते द्वन्द्वमोहनिर्मुक्ता भजन्ते मां दृढव्रताः ॥ ७-२८ ॥
યેષાં ત્વંતગતં પાપં જનાનાં પુણ્યકર્મણામ્
તે દ્વન્દ્વમોહનિર્મુક્તા ભજન્તે માં દઢવ્રતાઃ (૭-૨૮)

નિષ્કામ કર્મ કરવાથી જેમનાં પાપ નષ્ટ થઈ ગયાં છે, જેમણે બધી જ ભૌતિક ઈચ્છાઓ, ઈર્ષ્યા તથા મોહનો સંપૂર્ણપણે ત્યાગ કર્યો છે તેવા દઢવ્રતધારીઓ મને જ ભજે છે. (૭-૨૮)

પાઠ - ૮

અધ્યાય : ૮

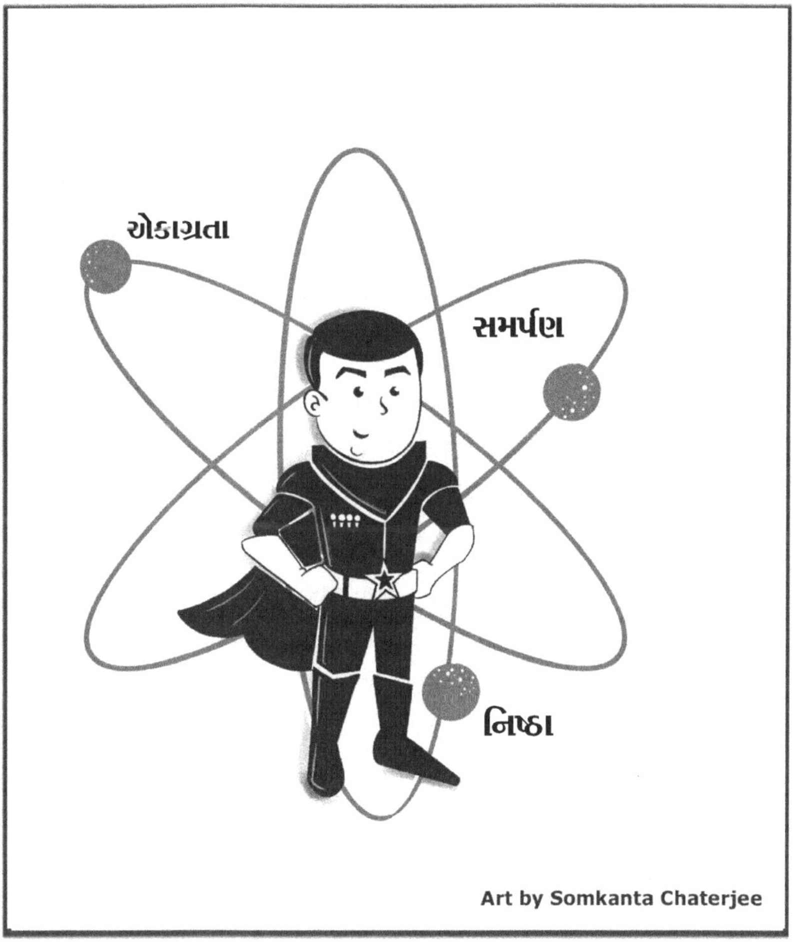

એકાગ્રતા, સમર્પણ અને નિષ્ઠા - આ ત્રણ સદ્‌ગુણો
વિજેતા વિદ્યાર્થીઓ માટે અત્યંત લાભદાયી,
ઉપયોગી અને અગત્યના છે.

પાઠ - ૮

અધ્યાય : ૮

દિવ્ય કર્મપૂર્તિ

આ અધ્યાયના ત્રણ શ્લોકો વિદ્યાર્થીઓના જીવનમાં ખૂબ મહત્ત્વ ધરાવે છે. આપણે તે ત્રણ શ્લોકોનો અભ્યાસ કરીશું.

વિજેતા વિદ્યાર્થીઓ માટે એકાગ્રતા, નિષ્ઠા અને સમર્પણ - આ ત્રણ ગુણો ખૂબ જ ઉપયોગી અને અગત્યના છે. ભગવાન શ્રીકૃષ્ણ અર્જુનને કહે છે કે જો મનુષ્ય આ ત્રણ ગુણોને ધારણ કરીને પોતાના સર્વ કાર્યો કરે તો તેનાં સર્વ કર્મો સર્વોચ્ચ ગુણવત્તાવાળા થશે. કહેવત છે કે 'જેવા વિચાર તેવો આચાર.'

જો આપણે એક લક્ષ્ય નક્કી કરીને તે માટે સતત પ્રયત્નશીલ રહીએ તો ચોક્કસ સફળતા મળે જ. એકાગ્રતા, નિષ્ઠા અને સમર્પણને જો આપણે આપણા આચાર અને વિચારમાં વણી લઈએ તો જીવન પ્રશંસનીય અને ઉદાહરણરૂપ બની જાય !

એકાગ્ર થયા વિના તો કોઈ પણ કાર્ય સારી રીતે પાર પાડી જ ન શકાય. કોઈ પણ કાર્ય ત્યારે જ સફળ થાય કે જ્યારે તે એકાગ્રતા, પ્રેમ, ભક્તિ અને ભાવપૂર્વક કરવામાં આવે. જે પ્રભાવશાળી કર્મ ફળની આશા રાખ્યા વિના સમર્પણની ભાવનાથી કરવામાં આવ્યું હોય છે તે કર્મ દિવ્યકર્મ બની જાય છે.

ભગવાન શ્રીકૃષ્ણ અર્જુનને કહે છે કે જો તે ઈશ્વરને સમર્પણ કરવાની ભાવનાથી કર્મ કરશે તો તે ઈશતત્ત્વ સાથે એકરૂપ થઈ જશે. એ જ પ્રમાણે જો વિદ્યાર્થી પણ સદાસર્વદા રમતા, અભ્યાસ કરતા કે બીજી અન્ય પ્રવૃત્તિઓ કરતા પ્રત્યેક પ્રસંગે ઈશતત્ત્વનું સ્મરણ કરે તો તે પણ દિવ્ય વિદ્યાર્થી બની જશે. આવા દિવ્ય વિદ્યાર્થીઓ નવનિર્માણ અને વિશ્વકલ્યાણ કરવામાં અત્યંત મહત્વપૂર્ણ ભૂમિકા ભજવશે.

तस्मात् सर्वेषु कालेषु मामनुस्मर युद्धय च ।
मय्यर्पितमनोबुद्धिर्मामेवैष्यस्यसंशयम् ॥ ८-७ ॥
તસ્માત્ સર્વેષુ કાલેષુ મામનુસ્મર યુદ્ધય ચ
મય્યર્પિતમનોબુદ્ધિર્મામેવૈષ્યસ્યસંશયમ્. (૮-૭)

આથી હે અર્જુન ! જીવનની પ્રત્યેક પળે તું મારું સ્મરણ કર અને (અન્યાય, દુર્ગુણો તથા અધર્મની સાથે) યુદ્ધ કર. મારામાં જેણે મન અને બુદ્ધિ અર્પણ કર્યાં છે તેવો તું ચોક્કસ મને જ પામીશ.

अभ्यासयोगयुक्तेन चेतसा नान्यगामिना ।
परमं पुरुषं दिव्यं याति पार्थानुचिन्तयन् ॥ ८-८ ॥
અભ્યાસયોગયુક્તેન ચેતસા નાન્યગામિના
પરમં પુરુષં દિવ્યં યાતિ પાર્થાનુચિંતયન્ (૮-૮)

હે પાર્થ ! પ્રભુચિંતનરૂપી અભ્યાસયોગથી યુક્ત એવા અન્યત્ર ન જનારા ચિત્તથી સતત ચિંતન કરતો મનુષ્ય પરમ દિવ્ય પુરુષને પામે છે.

अनन्यचेताः सततं यो मां स्मरति नित्यशः ।
तस्याहं सुलभः पार्थ नित्ययुक्तस्य योगिनः ॥ ८-१४ ॥
અનન્યચેતાઃ સતતં યો માં સ્મરતિ નિત્યશઃ
તસ્યાહં સુલભઃ પાર્થ નિત્યયુક્તસ્ય યોગિનઃ (૮-૧૪)

હે પાર્થ ! જે અનન્યચિત્તે નિરંતર મારું સ્મરણ કરે છે તેવા નિત્યયુક્ત યોગીને હું સુલભ છું.

પાઠ - ૯

અધ્યાય : ૯

Art by Somkanta Chaterjee

ભગવાન શ્રીકૃષ્ણ કહે છે કે પ્રેમ, દૃઢ શ્રદ્ધા અને
શરણાગતિપૂર્વક કરવામાં આવેલી પ્રાર્થના
હંમેશા પરિપૂર્ણ હોય છે.

પાઠ - ૯

અધ્યાય : ૯

પ્રાર્થના પદ્ધતિ

પરમેશ્વરની પૂજા અને પ્રાર્થના કરવાની અનેક પદ્ધતિઓ હોય છે અને તેમાં અનેક પ્રકારના રીતરિવાજો પણ જોવા મળે છે. પરિણામે આપણા મનમાં ઘણીવાર પ્રશ્ન થાય છે કે આ બધામાંથી કઈ પદ્ધતિ યોગ્ય અથવા શ્રેષ્ઠ હશે ?

ભગવાન શ્રીકૃષ્ણે આ માટે ખૂબ જ સુંદર ઉત્તર આપ્યો છે. શ્રીકૃષ્ણ કહે છે કે જે પદ્ધતિમાં પ્રેમ, દૃઢ શ્રદ્ધા અને સંપૂર્ણ શરણાગતિપૂર્વક પ્રાર્થના કરવામાં આવે છે તે શ્રેષ્ઠ અને પરિપૂર્ણ છે. વિશુદ્ધ ભક્તિ અને સમર્પણની ભાવનાથી જો આપણે કેવળ પત્ર, પુષ્પ, ફળ કે પાણી પણ પ્રભુને અર્પણ કરીએ તો તે તેમને સ્વીકાર્ય છે.

ઘણી વાર આપણે જોઈએ છીએ કે કેટલાક લોકો ધાર્મિક સ્થાનોમાં તો શાંતિથી પ્રાર્થના કરે છે પણ બહાર આવીને ક્રોધ કરે છે અને બૂમાબૂમ કરી મૂકે છે. આ જરા પણ યોગ્ય નથી. ભગવાન કહે છે કે પ્રત્યેક કાર્ય સ્થિર ચિત્ત થઈને ઈશ્વરને સમર્પણ કરવાની ભાવનાથી કરવું જોઈએ. શાંતિનો ત્યાગ કરીને ક્રોધિત અને ઉત્તેજિત થઈને બૂમાબૂમ કરવાનું ઈશ્વરને સ્વીકાર્ય હોઈ શકે ખરું ?

ઈશ્વરને આવું વર્તન સ્વીકાર્ય ન જ હોઈ શકે, તેથી આપણે સદાય શાંત અને આનંદિત રહેવું જોઈએ.

જો ત્યાગની ભાવનાનું પ્રાર્થનારૂપે ઈશ્વરને સમર્પણ કરવામાં આવે તો આવા ત્યાગમાં કોઈ પણ પ્રકારનો ભાર કે નુકશાનનો ભાવ નહીં આવે. કોઈને પણ મદદ કરતી વખતે પણ જો આપણે ઈશ્વરને સમર્પણ કરવાની ભાવનાથી તેમ કરીશું તો આપણે મુક્તિનો અનેરો આનંદ પ્રાપ્ત કરી શકીશું. આવી વૃત્તિ જો આપણી જીવનશૈલી બની જાય તો પછી આપણને સારા-ખોટાની ચિંતા નહીં સતાવે. આપણને આપણા અંતરાત્માનો અવાજ સંભળાવા લાગશે અને તેને અનુસરવાથી આપણને વાસ્તવિક સામર્થ્ય અને લક્ષ્યની પ્રાપ્તિ થશે.

અધ્યાય : ૯

श्रीभगवानुवाच ।

पत्रं पुष्पं फलं तोयं यो मे भक्त्या प्रयच्छति ।

तदहं भक्त्युपहृतमश्नामि प्रयतात्मनः ॥ ९-२६ ॥

પત્રં પુષ્પં ફલં તોયં યો મે ભક્ત્યા પ્રયચ્છતિ

તદહં ભક્ત્યુપહૃતમશ્નામિ પ્રયતાત્મનઃ (૯-૨૬)

શ્રીભગવાન કહે છે :

જે કોઈ મને પ્રેમપૂર્વક પત્ર, પુષ્પ, ફળ કે જળ અર્પણ કરે છે તે શુદ્ધ બુદ્ધિવાળા ભક્તની ભેટ હું અંગીકાર કરું છું.

यत्करोषि यदश्नासि यज्जुहोषि ददासि यत् ।

यत्तपस्यसि कौन्तेय तत्कुरुष्व मदर्पणम् ॥ ९-२९ ॥

યત્કરોષિ યદશ્નાસિ યજ્જુહોષિ દદાસિ યત્

યત્તપસ્યસિ કૌન્તેય તત્કુરુષ્વ મદર્પણમ્ (૯-૨૭)

હે કૌન્તેય ! તું જે કરે છે, જે ખાય છે, જે હોમે છે, જે દાન કરે છે, જે તપ કરે છે તે સર્વ મને અર્પણ કર.

शुभाशुभफलैरेवं मोक्ष्यसे कर्मबन्धनैः ।

संन्यासयोगयुक्तात्मा विमुक्तो मामुपैष्यसि ॥ ९-२८ ॥

શુભાશુભફલૈરેવં મોક્ષ્યસે કર્મબંધનૈઃ

સંન્યાસયોગયુક્તાત્મા વિમુક્તો મામુપૈષ્યસિ (૯-૨૮)

આમ શુભ અને અશુભ ફળરૂપી કર્મબંધનથી તું મુક્ત થઈશ અને સંન્યાસયોગ દ્વારા પરમાત્મપરાયણ થઈ મને પામીશ.

પાઠ - ૧૦

અધ્યાય : ૧૦

Art by Somkanta Chaterjee

કીર્તિ, સૌંદર્ય, વાણીનું માધુર્ય, સ્મૃતિ, મેધા, ક્ષમા - આ સર્વ પ્રકૃતિનાં સ્વરૂપોમાં ઈશતત્ત્વ વિદ્યમાન છે. આ વિશ્વમાં જે કાંઈ ઉદાત્ત, મહામંગળ, સુંદર અને સૂર્ય સમાન ઊર્જાનો સ્રોત છે તે સર્વમાં ઈશતત્ત્વ રહેલું છે.

પાઠ - ૧૦

અધ્યાય : ૧૦

પ્રકૃતિમાં રહેલા દિવ્ય તત્ત્વની ઓળખ

ભગવાન શ્રીકૃષ્ણ કહે છે : જ્યારે કોઈ વ્યક્તિને એ સત્ય સમજાય છે કે વિશ્વમાં પૃથ્વીના નિર્માણની પૂર્વે પણ સર્વશક્તિમાન દિવ્ય ઈશતત્ત્વનું અસ્તિત્વ હતું જ, ત્યારે તે વ્યક્તિ સર્વ પ્રકારના ભય અને ભ્રમથી મુક્ત થઈ જાય છે. આવી વ્યક્તિ ક્યારેય રાક્ષસી પ્રવૃત્તિને અધીન નથી થતી.

અર્જુન શ્રીકૃષ્ણને વિનંતિ કરે છે કે વિશ્વમાં રહેલી આપની દિવ્ય વિભૂતિઓને કેવી રીતે જાણવી તેમ જ પ્રત્યેક વસ્તુ અને પ્રાણીમાત્રમાં રહેલા દિવ્ય તત્ત્વને કેવી રીતે જોવું અને પ્રતીત કરવું, તે મને જણાવો.

આના ઉત્તરમાં ભગવાન શ્રીકૃષ્ણ કહે છે કે આ દિવ્ય તત્ત્વ પ્રત્યેક વસ્તુમાં રહેલું હોય છે. સમગ્ર સૃષ્ટિમાં જે કાંઈ પ્રભાવ, ધન, પુણ્ય, કર્મ, વિદ્યા, તપ, વૈરાગ્ય, શૂરવીરતા, ધીરજ, તિતિક્ષા, શમદમાદિ સદ્‌ગુણ, જ્ઞાન, તેજસ્વિતા, બળ, સ્ફૂર્તિ, ઉત્સાહ, દઢતા, પૌરુષત્વ, શોભા, લક્ષ્મી, બુદ્ધિ, શ્રદ્ધા, કીર્તિ વગેરે ધરાવે છે તે સર્વ પ્રાણીઓ મારા તેજના અંશથી ઉત્પન્ન થયેલાં છે. વિવિધ ઐશ્વર્ય, શોભા કે સદ્‌ગુણો વડે તે સર્વે મારા જ પ્રભાવને અભિવ્યક્ત કરે છે.

ભગવાન અર્જુનને પોતાની અનેક વિભૂતિઓ ગણાવે છે અને પછી કહે છે કે મારી વિભૂતિઓ અનંત છે પરંતુ આ સર્વે વિભૂતિઓ મારો એક અંશ પણ નથી કારણ કે આ સમગ્ર વિશ્વને મેં મારા એક અંશ (કલા) દ્વારા જ ધારણ કરેલું છે.

અધ્યાય : ૧૦

योमामजमनादिं च वेत्ति लोकमहेश्वरम् ।
असम्मूढः स मर्त्येषु सर्वपापैः प्रमुच्यते ॥ १०-३ ॥

યો મામજમનાદિં ચ વેત્તિ લોકમહેશ્વરમ્
અસમ્મૂઢઃ સ મર્ત્યેષુ સર્વપાપૈઃ પ્રમુચ્યતે. (૧૦-૩)

જન્મરહિત અને આદિ-અંતરહિત એવા મને લોકોના મહેશ્વર તરીકે જે જાણે છે તે જ્ઞાનવાન મનુષ્ય સર્વ પાપોથી મુક્ત થાય છે.

अहमात्मा गुडाकेश सर्वभूताशयस्थितः ।
अहमादिश्च मध्यं च भूतानामन्त एव च ॥ १०-२० ॥

અહમાત્મા ગુડાકેશ સર્વભૂતાશયસ્થિતઃ
અહમાદિશ્ચ મધ્યં ચ ભૂતાનામન્ત એવ ચ. (૧૦-૨૦)

નિદ્રાને જીતી લેનારા હે અર્જુન (ગુડાકેશ) ! હું સર્વ પ્રાણીઓની અંદર રહેનારો આત્મા છું અને સર્વ પ્રાણીઓનો આદિ, મધ્ય અને અંત પણ હું જ છું.

मृत्युः सर्वहरश्चाहमुद्भवश्च भविष्यताम् ।
कीर्तिः श्रीर्वाक्च नारीणां स्मृतिर्मेधा धृतिः क्षमा ॥ १०-३४ ॥

મૃત્યુઃ સર્વહરશ્ચાહમુદ્ભવશ્ચ ભવિષ્યતામ્
કીર્તિઃ શ્રીર્વાક્ચ નારીણાં સ્મૃતિર્મેધા ધૃતિઃ ક્ષમા (૧૦-૩૪)

સર્વ જીવોના જન્મ અને મૃત્યુનું કારણ હું છું. સ્ત્રીઓમાં કીર્તિ, શ્રી, વાણી, સ્મૃતિ, મેધા, ધૃતિ અને ક્ષમા પણ હું છું.

दण्डो दमयतामस्मि नीतिरस्मि जिगीषताम् ।
मौनं चेवास्मि गुह्यानां ज्ञानं ज्ञानवतामहम् ॥ १०-३८ ॥

દંડો દમયતામસ્મિ નીતિરસ્મિ જિગીષતામ્
મૌનં ચૈવાસ્મિ ગુહ્યાનાં જ્ઞાનં જ્ઞાનવતામહમ્. (૧૦-૩૮)

શાસન કરનારનો દંડ, વિજય ઈચ્છનારની નીતિ, ગુહ્ય પદાર્થોમાં મૌન અને જ્ઞાનીજનોનું જ્ઞાન પણ હું જ છું.

यद्यद्विभूतिमत्सत्त्वं श्रीमदूर्जितमेव च ।
तत्तदेवावगच्छ त्वं मम तेजोंऽशसम्भवम् ॥१०-४१॥

યદ્યદ્વિભૂતિમત્સત્ત્વં શ્રીમદૂર્જિતમેવ ચ
તત્તદેવાવગચ્છ ત્વં મમ તેજોંશસંભવમ્. (૧૦-૪૧)

આ વિશ્વમાં જે કાંઈ તેજ, સૌન્દર્ય, ઐશ્વર્ય અને બળથી યુક્ત છે તે સર્વ મારા દિવ્યત્વના અંશનું પ્રકટીકરણ છે.

પાઠ - ૧૧

અધ્યાય : ૧૧

આદર્શ વિદ્યાર્થી રાગ-દ્વેષથી પર થઈને
દિવ્ય ઈશતત્ત્વનું સાધન બનીને
સર્વ કાર્ય કરે છે.

પાઠ : ૧૧

અધ્યાય : ૧૧

આદર્શ વિદ્યાર્થી

ભગવાન શ્રીકૃષ્ણ પાસેથી વિશિષ્ટ વિભૂતિઓનું વર્ણન સાંભળીને અર્જુનને પ્રભુના વિશ્વરૂપનું દર્શન કરવાની તીવ્ર જિજ્ઞાસા થઈ આવી. તેણે પ્રભુને વિનંતી કરી કે હું આપના પરમ ઐશ્વર્યમયરૂપનાં દર્શન કરવા ઇચ્છું છું.

ભગવાન શ્રીકૃષ્ણે અર્જુનને કહ્યું કે તારાં નેત્રો વડે તું મારા આ વિરાટરૂપને નિહાળવા સમર્થ નહીં થઈ શકે. આથી હું તને અલૌકિક તેજોમય ચક્ષુ આપું છું.

અર્જુન પ્રભુનો પરમ ભક્ત અને સખા હતો તેથી પ્રભુએ તેને દિવ્યચક્ષુ આપ્યા અને પોતાના ભવ્યાતિભવ્ય દિવ્યસ્વરૂપનું દર્શન કરાવ્યું.

એ સ્વરૂપ અદ્ભુત હતું. તેમાં અનેક પ્રકારનાં મુખ, નેત્ર અને આશ્ચર્યમય દશ્યો હતાં. દિવ્ય અલંકારો તથા અનેક દિવ્ય શંખ, ચક્ર, ગદા વગેરે જેવાં આયુધોવાળું અને ઘણાં દિવ્ય આભૂષણોથી સજ્જ એવું રૂપ ભગવાને અર્જુનને બતાવ્યું. આકાશમાં એકી સાથે હજાર સૂર્યોનો ઉદય થયો હોય તેવું પ્રકાશમય સ્વરૂપ અર્જુને નિહાળ્યું. અનેક દેવો, સમગ્ર બ્રહ્માંડ, લાખો તારા, નક્ષત્રો, ગ્રહો, નિહારિકાઓ, અનંત આકાશમાં ઘૂમતા ધૂમકેતુઓ, પિતૃલોક, સ્વર્ગલોક, સર્વ દિશાઓ, અભેદ્ય જંગલો, અગાધ સાગરો, અનંત ઊંચા ઊભેલા પર્વતો, નદીઓ અને પવનના સૂસવાટા સહિતનાં સ્થળોનો પ્રચંડ વિસ્તાર અને બીજી તરફ વિકરાળ કાળવાળું આશ્ચર્યજનક પ્રભુનું રૂપ જોઈ અર્જુન વિસ્મિત થઈ ગયો ! તેણે પ્રભુની ભાવવાહી સ્તુતિ કરી, દેહ પ્રસારીને વારંવાર અનેક બાજુએથી પ્રણામ કર્યા.

પરમાત્માના વિરાટરૂપનાં દર્શનથી અર્જુનને હર્ષ તો થયો પણ સાથે સાથે આ રૂપની વિકરાળતા અને ભયંકરતાને જોઇને ભયગ્રસ્ત બની ગયો. ત્યાર પછી ભગવાને અર્જુનને પોતાના સૌમ્ય ચતુર્ભુજરૂપનાં દર્શન કરાવ્યા અને આશ્વાસન આપ્યું કે જેથી તેને ભય, વ્યથા કે હતાશા ન થાય !

જે ભગવાન માટે કર્મ કરે છે, ભગવાનમાં રત હોય છે, સર્વ પ્રાણીઓ પ્રત્યે વેરરહિત હોય છે તે ભગવાનને પ્રાપ્ત થાય છે.

જે વ્યક્તિ નિઃસ્વાર્થભાવે, ઈશ્વરને પ્રસન્ન કરવાની ભાવનાથી, વેરભાવરહિત થઈ સર્વત્ર સમાન ભાવ રાખી કર્મ કરે છે તેને માટે ઈશ્વર આશ્રયસ્થાન છે અને તેના રક્ષક પણ છે.

ભગવાન શ્રીકૃષ્ણે જે ઉપદેશ અર્જુનને આપ્યો તે આદર્શ વિદ્યાર્થીઓ માટે પણ અતિ લાભદાયક અને હિતકારક છે.

અધ્યાય : ૧૧

दिवि सूर्य सहस्त्रस्य भवेद्युगपदुत्थिता ।
यदि भाः सदृशी सा स्याद्भासस्तस्य महात्मनः ॥ ११-१२॥
દિવિ સૂર્યસહસ્રસ્ય ભવેદ્યુગપદ્દુત્થિતા
યદિ ભાઃ સદશી સા સ્યાદ્ભાસસ્તસ્ય મહાત્મનઃ (૧૧-૧૨)

આકાશમાં એક હજાર સૂર્યનું તેજ સાથે ઉદય પામ્યું હોય તો તે મહાત્માના તેજ જેવું હોય !

तत्रैकस्थं जगत्कृत्स्नं प्रविभक्तमनेकधा ।
अपश्यद्देवदेवस्य शरीरे पाण्डवस्तदा ॥ ११-१३ ॥
તત્રૈકસ્થં જગત્કૃત્સ્નં પ્રવિભક્તમનેકધા
અપશ્યદ્દેવદેવસ્ય શરીરે પાંડવસ્તદા. (૧૧-૧૩)

તે સમયે અર્જુને દેવોના પણ દેવ એવા વિશ્વરૂપ ભગવાનના શરીરમાં અનેક પ્રકારે વિભક્ત એવું આખું જગત એકસ્થ (એક ભાગમાં) રહેલું જોયું.

नभः स्पृशं दीप्तमनेकवर्णं
व्यात्ताननं दीप्तविशालनेत्रम् ।
दृष्ट्वा हि त्वां प्रव्यथितान्तरात्मा
धृतिं न विन्दामि शमं च विष्णो ॥ ११-२४ ॥
નભઃ સ્પૃશં દીપ્તમનેકવર્ણં
વ્યાત્તાનનં દીપ્તવિશાલનેત્રમ્

દૃષ્ટ્વા હિ ત્વાં પ્રવ્યથિતાન્તરાત્મા
ધૃતિં ન વિંદામિ શમંચવિષ્ણો. (૧૧-૨૪)

હે વિષ્ણુ ! આકાશને સ્પર્શી રહેલા, દેદીપ્યમાન, અનેક વર્ણોવાળા, ઉઘાડાં મુખો તેમ જ પ્રકાશરૂપ તેજોમય વિશાળ નેત્રોવાળા આપના રૂપને જોઈને ભયભીત તથા દુઃખી થઈ રહેલા વ્યાકુળ ચિત્તવાળો હું હવે ધીરજ અને શાંતિ ખોઈ બેઠો છું.

कालोऽस्मि लोकक्षयकृत्प्रवृद्धो
लोकान् समाहर्तुमिह प्रवृत्तः ।
ऋतेऽपि त्वां न भविष्यन्ति सर्वे
येऽवस्थिताः प्रत्यनीकेषु योधाः ॥ ११-३२ ॥

કાલોડસ્મિ લોકક્ષયકૃત્પ્રવૃદ્ધો
લોકાન્ સમાહર્તુમિહ પ્રવૃત્તઃ
ઋતેપિ ત્વાં ન ભવિષ્યન્તિ સર્વે
યેવસ્થિતા પ્રત્યનીકેષુ યોધાઃ (૧૧-૩૨)

(હે અર્જુન !) હું સર્વ પ્રાણીઓનો નાશ કરનાર અતિ ઉગ્ર કાળ છું. તું યુદ્ધ નહીં કરે તો પણ આ યોદ્ધાઓનો સંહાર કરવા હું પ્રવૃત્ત થયેલો છું. પ્રત્યેક સૈન્યમાં રહેલા યોદ્ધાઓનું અસ્તિત્વ રહેવાનું નથી.

मत्कर्मकृन्मत्परमो मद्भक्तः सङ्गवर्जितः ।
निर्वैरः सर्वभूतेषु यः स मामेति पाण्डव ॥ ११-५५ ॥

મત્કર્મકૃન્મત્પરમો મદ્ભક્તઃ સંગવર્જિતઃ
નિર્વૈરઃ સર્વભૂતેષુ યઃ સ મામેતિ પાંડવ ! (૧૧-૫૫)

હે પાંડવ (અર્જુન) ! જે મારા માટે કર્મ કરે છે, મને જ સર્વસ્વ માને છે, જે આસક્તિ વગરનો છે અને જે સર્વ પ્રાણીઓ પ્રત્યે વેરરહિત છે, તે મારો ભક્ત મને પામે છે.

પાઠ - ૧૨

અધ્યાય : ૧૨

ઉપાસના કરનાર વ્યક્તિની શ્રદ્ધા અને ભક્તિ
ખૂબ જ મહત્ત્વના છે, નહીં કે ઉપાસના કરવાની પદ્ધતિ !
શ્રદ્ધા અને ભક્તિપૂર્વક કરાયેલી ઉપાસના શ્રેષ્ઠ છે.

પાઠ - ૧૨

અધ્યાય : ૧૨

ભક્તનો યોગધર્મ

ભગવાનના દિવ્ય વિશ્વરૂપનાં દર્શન કર્યા પછી પ્રેમ અને કૃતજ્ઞતાથી ભાવવિભોર થયેલા અર્જુનને પ્રશ્ન થાય છે કે, ભગવાનના સગુણ સાકાર સ્વરૂપની ઉપાસના કરનારો શ્રેષ્ઠ છે કે નિર્ગુણ નિરાકાર સ્વરૂપની ઉપાસના કરનારો શ્રેષ્ઠ છે ?

ઉત્તરમાં ભગવાન શ્રીકૃષ્ણ જણાવે છે કે ઉપાસના કરવાની પદ્ધતિ કરતા ઉપાસના કરનારની શ્રદ્ધા અને ભક્તિ મહત્વનાં છે. જેનું ચિત્ત સંપૂર્ણપણે સ્થિર થઈ ગયું છે અને જે કોઈ પણ પ્રકારની શંકા કર્યા વિના સમર્પણની ભાવનાથી પરમાત્માનું શરણ ગ્રહણ કરે છે તે સર્વોત્તમ ભક્ત છે. પરમાત્મા પ્રત્યે અવિરત, અખંડ અને એકાગ્રપણે મન કેન્દ્રિત કરવા માટે ભગવાન શ્રીકૃષ્ણ અર્જુનને ત્રણ વિકલ્પો જણાવે છે.

૧. સાધના કરવાના સમયે મનુષ્ય જો પોતાનું ચિત્ત સ્થિર અને દૃઢ ન કરી શકતો હોય તો નિત્ય યોગાભ્યાસ કરીને ચિત્તને સ્થિર કરી શકે છે.

૨. યોગાભ્યાસ કરવામાં પણ જો એને મુશ્કેલી નડતી હોય તો તે પોતાનું પ્રત્યેક કર્મ પરમાત્માને સમર્પણ કરવાની ભાવનાથી પરમાત્માનું કાર્ય સમજીને જ કરે. આ રીતે સમર્પણ કરવાથી તેનું પ્રત્યેક કર્મ દિવ્ય અને પરિપૂર્ણ થઈ જશે.

૩. પ્રત્યેક કર્મ કરતી વખતે હર પળે પરમાત્માના સ્મરણપૂર્વક કાર્ય કરવું. જો તેમ ન થઈ શકે તો ફળની આશા રાખ્યા વિના નિષ્કામ ભાવે તે કર્મ કરે.

ભગવાન શ્રીકૃષ્ણ દ્વારા દર્શાવવામાં આવેલા આ ત્રણ વિકલ્પો આપણે માટે ખૂબ જ લાભદાયી છે. પોતપોતાના સ્વભાવ અને પ્રકૃતિ અનુસાર પ્રત્યેક મનુષ્ય આમાંથી યોગ્ય વિકલ્પ અપનાવી શકે છે. જીવનમાં જો આપણે દિવ્ય કર્મો કરવાં હશે તો પ્રત્યેક કર્મ કરતી વખતે પોતાનું ચિત્ત પરમાત્મામાં કેન્દ્રિત કરવું પડશે. જો આપણે ઈચ્છતા હોઈએ કે આપણા સર્વ કર્મો સર્વ રીતે પરિપૂર્ણ હોય તો આપણે સર્વ કાર્યો પરમાત્માને સમર્પિત કરવા જોઈએ. જો આપણે સદૈવ મુક્ત અને

આનંદિત રહેવું હોય તો આપણે આપણા પ્રત્યેક કર્મનું ફળ પરમાત્માને અર્પણ કરવું જોઈશે.

આ ત્રણમાંથી એક પણ વિકલ્પ અપનાવવામાં આવે તો જીવન સદાય શાંતિથી વ્યતીત થાય અને કોઈના પ્રત્યે શત્રુતાની ભાવના જાગૃત ન થાય. પ્રાણીમાત્ર પ્રત્યે નિઃસ્વાર્થ પ્રેમની ભાવના જાગૃત થશે અને એમ જગત આખુંય મિત્ર બની જશે. આવી વ્યક્તિને ક્યારેય અહંકાર નડશે નહીં, ન તો એ કોઈને હાનિ પહોંચાડશે કે ન એ પોતે પોતાના કાર્યથી વિચલિત થશે.

ત્યાર પછી ભગવાન શ્રીકૃષ્ણ અર્જુનને કહે છે કે મારામાં ચિત્ત રાખનારો તું થા કારણ કે મારામાં પરાયણ એવો શ્રદ્ધાવાન ભક્ત મને અત્યંત પ્રિય છે. કેવળ ભગવદ્‌ભક્તિ અને ભગવત્પ્રેમને જ પોતાનું જીવનસૂત્ર બનાવનારો અને મારી પ્રાપ્તિ માટે પોતાનું સંપૂર્ણ જીવન વ્યતીત કરનારો તથા મારા વચનનું અનુસરણ કરનારો મારો પ્રિય ભક્ત સમગ્ર માનવજાત માટે ઉત્તમ ઉદાહરણરૂપ અને અનુકરણીય આદર્શ છે.

અધ્યાય : ૧૨

अर्जुन उवाच ।
एवं सततयुक्ता ये भक्तास्त्वां पर्युपासते ।
ये चाप्यक्षरमव्यक्तं तेषां के योगवित्तमाः ॥ १२-१ ॥
એવં સતતયુક્તા યે ભક્તાસ્ત્વાં પર્યુપાસતે
યે ચાપ્યક્ષરમવ્યક્તં તેષાં કે યોગવિત્તમાઃ (૧૨-૧)
અર્જુન કહે છે :

(હે પ્રભુ !) આ રીતે જેઓ સદૈવ ભક્તિપૂર્ણ થઈ આપના સગુણ રૂપની ઉપાસના કરે છે અને જેઓ અવ્યક્ત અવિનાશી પરબ્રહ્મની ઉપાસના કરે છે, તે બંને પ્રકારના ભક્તોમાં ઉત્તમ યોગી કોણ છે ?

मय्यावेश्य मनो ये मां नित्ययुक्ता उपासते ।
श्रद्धया परयोपेतास्ते मे युक्ततमा मताः ॥ १२-२ ॥
મય્યાવેશ્ય મનો યે માં નિત્યયુક્તા ઉપાસતે
શ્રદ્ધયા પરયોપેતાસ્તે મે યુક્તતમા મતાઃ (૧૨-૨)
શ્રી ભગવાન કહે છે :

જે ભક્ત પોતાનું ચિત્ત મારામાં સ્થિર અને એકાગ્ર કરીને મારા સગુણ રૂપની દૃઢ શ્રદ્ધાથી ઉપાસના કરે છે તે શ્રેષ્ઠતમ ભક્ત છે.

अथ चित्तं समाधातुं न शक्नोषि मयि स्थिरम् ।
अभ्यासयोगेन ततो मामिच्छाप्तुं धनञ्जय ॥ १२-९ ॥
અથ ચિત્તં સમાધાતું ન શક્નોષિ મયિ સ્થિરમ્
અભ્યાસયોગેન તતો મામિચ્છાપ્તું ધનંજય. (૧૨-૯)

હે ધનંજય (અર્જુન) ! જો મારામાં ચિત્તને સ્થિર કરવા તું સમર્થ ન હો તો યોગાભ્યાસ દ્વારા મને પ્રાપ્ત કરવાની ઈચ્છા કર.

अभ्यासेऽप्यसमर्थोऽसि मत्कर्मपरमो भव ।
मदर्थमपि कर्माणि कुर्वन्सिद्धिमवाप्स्यसि ॥ १२-१० ॥
અભ્યાસેપ્યસમર્થોસિ મત્કર્મપરમો ભવ
મદર્થમપિ કર્માણિ કુર્વન્સિદ્ધિમવાપ્સ્યસિ. (૧૨-૧૦)

અભ્યાસ માટે પણ જો તું અસમર્થ હોય તો મારા માટે કર્મ કરવા તત્પર થા. મારા માટે કર્મ કરતાં પણ તું સિદ્ધિ પામીશ.

अथैतदप्यशक्तोसि कर्तुं मद्योगमाश्रितः ।
सर्वकर्मफलत्यागं ततः कुरु यतात्मवान् ॥ १२-११ ॥
અથૈતદપ્યશક્તોસિ કર્તું મદ્યોગમાશ્રિતઃ
સર્વકર્મફલત્યાગં તતઃ કુરુ યતાત્મવાન્. (૧૨-૧૧)

જો તું નિરંતર મારું સ્મરણ કરતાં આવી સાધના કરવામાં પણ અસમર્થ હો તો તું સ્વયં સંયમ દ્વારા મન અને બુદ્ધિ પર નિયંત્રણ રાખીને સર્વ કર્મફળનો ત્યાગ કર, તારા સર્વ કર્મો નિષ્કામ ભાવથી કર.

ये तु धर्म्यामृतमिदं यथोक्तं पर्युपासते ।
श्रद्दधाना मत्परमा भक्तास्तेऽतीव मे प्रियाः ॥ ॥ १२-२० ॥
યે તુ ધર્મ્યામૃતમિદં યથોક્તં પર્યુપાસતે,
શ્રદ્દધાના મત્પરમા ભક્તાસ્તેતીવ મે પ્રિયાઃ (૧૨-૨૦)

જે શ્રદ્ધાળુ ભક્તો આ ધર્મમય અમૃતને મારા કહ્યા પ્રમાણે અનુસરે છે તેઓ મને અતિશય પ્રિય છે. (૧૨-૨૦)

પાઠ - ૧૩

અધ્યાય : ૧૩

Art by Deeksha Tyagi

ઈશ્વરની ચિત્‌શક્તિ એટલે પ્રકૃતિ.
પ્રકૃતિ પણ અનાદિ છે
અને સર્વ જીવો તેમાં સમાવિષ્ટ છે.

પાઠ - ૧૩

અધ્યાય : ૧૩

ઈશ્વરીય ચિત્શક્તિ

ધારો કે આપણે રમત-ગમતના એક ક્ષેત્ર પાસેથી પસાર થઈ રહ્યા છીએ કે જ્યાં અનેક બાળકોનાં ટોળાં રમી રહ્યાં છે. અચાનક એક દડો ક્યાંકથી આપણી તરફ આવે છે. આવે વખતે આપણે સાવધાન હોઈએ તો આપણે આવતા દડાની દિશામાંથી ખસી જઈને પોતાને દડાના મારથી બચાવી શકીએ. પરંતુ જો આપણે સાવધાન અને સતર્ક નહીં હોઈએ તો આપણને દડાનો માર વાગશે. બસ, આ જ રીતે આપણે આપણા જીવનમાં સદૈવ સતર્ક અને સાવધાન રહેવાનું છે કે જેથી જીવનમાં અચાનક એકાએક આવી પડતા કોઈ પણ પ્રસંગે ગભરાયા વિના આપણી જાતને બચાવી શકીએ. જીવનમાં એવી અનેક મુશ્કેલીઓ આવતી હોય છે કે જેનો સામનો આપણે બાહોશીથી કુનેહપૂર્વક કરવો જરૂરી છે.

ભગવાન શ્રીકૃષ્ણ અર્જુનને કહે છે કે આ શરીર પણ એક ક્ષેત્ર છે. આ શરીરરૂપી ક્ષેત્ર જે રીતે શરીરના વ્યવહારોને કાર્યાન્વિત કરે છે તેનું જ્ઞાન હોવું ખૂબ જરૂરી છે. આ ક્ષેત્રનું પૂર્ણરૂપે જ્ઞાન થવું એ મનુષ્યની ઉચ્ચતમ જ્ઞાનપ્રાપ્તિ છે.

આ શરીરરૂપી ક્ષેત્ર પાંચ તત્ત્વો - પૃથ્વી, જળ, અગ્નિ, વાયુ અને આકાશનું બનેલું છે. પાંચ કર્મેન્દ્રિયો - મુખ, હાથ, પગ, ઉપસ્થ અને ગુદા તથા પાંચ જ્ઞાનેન્દ્રિયો - આંખ, નાક, કાન, જિહ્વા અને ત્વચા - એમ દસ અને અગિયારમું મન - આ દ્વારા ક્ષેત્રરૂપી શરીર સાથે થનારા વ્યવહારો કાર્યાન્વિત થાય છે. તેથી આપણા આ ક્ષેત્રરૂપી દેહનું જ્ઞાન હોવું ખૂબ જરૂરી છે અને મનુષ્યમાત્રનું એ મૂળ કર્તવ્ય છે.

ભગવાન શ્રીકૃષ્ણ અર્જુનને કહે છે કે વિશ્વમાં પુરુષ અને પ્રકૃતિ સ્વરૂપે દ્વૈતનું અસ્તિત્વ છે. પ્રકૃતિ સર્જનશીલ છે અને તે ઈશ્વરીય ચિત્શક્તિ છે. પ્રકૃતિથી જ સર્વ ગુણદોષોનું સર્જન થાય છે. પુરુષની જેમ પ્રકૃતિ પણ અનાદિ છે તથા સર્વ જીવો તેમાં સમાવિષ્ટ છે.

જીવમાત્રમાં ઈશ્વરનો અંશ રહેલો છે. નશ્વર વિનાશી દેહમાં શાશ્વત,

અવિનાશી ઈશતત્ત્વનો નિવાસ હોય છે. નાશ પામનારાં સર્વ પ્રાણીઓમાં સમભાવે રહેલા અવિનાશી પરમાત્માને જે પુરુષ જુએ છે તે યથાર્થ જુએ છે. તે જ જ્ઞાની છે, જીવનમુક્ત છે, સત્યનું દર્શન કરનારો છે. તે જાણે છે કે જેમ મહાભયંકર આંધીના કેન્દ્રમાં આવેગનો સંપૂર્ણ અભાવ હોય છે અર્થાત્ પૂર્ણ શાંતિ હોય છે તેમ વિશ્વની અનેકાનેક શક્તિઓ દ્વારા થતા અસંખ્ય કોલાહલો, અવ્યવસ્થાઓ, ઘટનાઓ અને પરિસ્થિતિઓના કેન્દ્રમાં પણ પરમ શાંતિસ્વરૂપ પરમાત્માનો નિવાસ હોય છે.

શ્રીમદ્ ભગવદ્ ગીતામાં કહેવામાં આવ્યું છે કે જેને આ પ્રકારનું જ્ઞાન થઈ ગયું છે તેવો જ્ઞાની સર્વ પ્રકારની વાસનાઓની ઝાળથી સંપૂર્ણપણે સુરક્ષિત હોય છે અને તેને ઉચ્ચતમ, શાશ્વત સ્થાન પ્રાપ્ત થાય છે.

અધ્યાય : ૧૩

श्रीभगवानुवाच ।
इदं शरीरं कौन्तेय क्षेत्रमित्यभिधीयते ।
एतद्यो वेत्ति तं प्राहुः क्षेत्रज्ञ इति तद्विदः ॥ १३-१॥
ઈદં શરીરં કૌન્તેય ક્ષેત્રમિત્યભિધીયતે
એતદ્યો વેત્તિ તં પ્રાહુઃ ક્ષેત્રજ્ઞ ઈતિ તદ્વિદઃ (૧૩-૧)

હે કૌન્તેય ! આ શરીર ક્ષેત્ર કહેવાય છે, એને જે જાણે તેને તત્ત્વજ્ઞાનીઓ ક્ષેત્રજ્ઞ કહે છે.

तत्क्षेत्रं यच्च यादृक् च यद्विकारि यतश्च यत् ।
स च यो यत्प्रभावश्च तत्समासेन मे श्रुणु ॥ १३-३ ॥
તત્ક્ષેત્રં યચ્ચ યાદૃક્ ચ યદ્વિકારી યતશ્ચ યત્
સ ચ યો યત્પ્રભાવશ્ચ તત્સમાસેન મે શ્રુણુ. (૧૩-૩)

આ ક્ષેત્રની ઉત્પત્તિ, એનું સ્વરૂપ, એની વિશેષતાઓ તથા તેનો પ્રભાવ - આ બધું હું તને સંક્ષેપમાં કહુ છું, તે સાંભળ.

महाभूतान्यहङकारो बुद्धिरव्यक्तमेव च ।
इन्द्रियाणि दशैकं च पञ्च चेन्द्रियगोचराः ॥१३-५॥

મહાભૂતાન્યહંકારો બુદ્ધિરવ્યક્તમેવ ચ
ઈન્દ્રિયાણિ દશૈકં ચ પંચ ચેન્દ્રિયગોચરાઃ (૧૩-૫)

આ ક્ષેત્ર પંચમહાભૂતો, અહંકાર, બુદ્ધિ, અવ્યક્ત (પ્રકૃતિ) તેમ જ દસ (સૂક્ષ્મ) ઈન્દ્રિયો અને એક (મન) તથા પાંચ ઈન્દ્રિયોના પાંચ વિષયોવાળું છે.

प्रकृतिं पुरुषं चैव विद्ध्यनादि उभावपि ।
विकारांश्च गुणांश्चैव विद्धि प्रकृतिसम्भवान् ॥१३-१९ ॥

પ્રકૃતિં પુરુષં ચૈવ વિદ્ધ્યનાદિ ઉભાવપિ
વિકારાંશ્ચ ગુણાંશ્ચૈવ વિદ્ધિ પ્રકૃતિસમ્ભવાન્. (૧૩-૧૯)

પ્રકૃતિ અને પુરુષ બંનેને અનાદિ જાણ. (કામ, ક્રોધ, લોભ, મોહ, મદ અને મત્સર - એમ છ) વિકારોને અને (સત્ત્વ, રજસ્, તમસ્ - એમ ત્રણ) ગુણોને પ્રકૃતિથી થયેલા જાણ.

समं सर्वेषु भूतेषु तिष्ठन्तं परमेश्वरम् ।
विनश्यत्स्वविनश्यन्तं यः पश्यति स पश्यति ॥१३-२७ ॥

સમં સર્વેષુ ભૂતેષુ તિષ્ઠંતં પરમેશ્વરમ્
વિનશ્યત્સ્વવિનશ્યન્તં યઃ પશ્યતિ સ પશ્યતિ. (૧૩-૨૭)

સર્વ પ્રાણીમાત્રમાં સર્વત્ર સમાન રીતે રહેલા ઈશ્વરને સદૈવ સમત્વ દૃષ્ટિથી જોનારાની દૃષ્ટિ જ સાચા અર્થમાં સાચી દૃષ્ટિ છે.

समं पश्यन्हि सर्वत्र समवस्थितमीश्वरम् ।
न हिनस्त्यात्मनात्मानं ततो याति परां गतिम् ॥१३-२८ ॥

સમં પશ્યન્હિ સર્વત્ર સમવસ્થિતમીશ્વરમ્
ન હિનસ્ત્યાત્મનાત્માનં તતો યાતિ પરાં ગતિમ્. (૧૩-૨૮)

સર્વમાં સમાનરૂપે રહેલા પરમાત્માને જે સ્થિરચિત્ત થઈને જાણી લે છે અને તેથી 'શરીરનો નાશ એ આત્માનો નાશ નથી' આ સત્યનું સદૈવ સ્મરણ રાખે છે, તે પરમ ગતિને પામે છે.

પાઠ - ૧૪

અધ્યાય : ૧૪

Art by Deeksha Tyagi

આપણે રજોગુણ અને તમોગુણને
દબાવીને સત્ત્વગુણ પ્રકટ કરવો જોઈએ.

પાઠ - ૧૪

અધ્યાય : ૧૪

પ્રકૃતિનું ત્રિગુણાત્મક સ્વરૂપ

ભગવાન શ્રીકૃષ્ણ અર્જુનને કહે છે કે પ્રકૃતિમાંથી ત્રણ ગુણો ઉત્પન્ન થયા છે. સત્ત્વ, રજસ્ અને તમસ્ પ્રકૃતિના ત્રણ ગુણો છે. પ્રત્યેક વ્યક્તિમાં રાજસિક (અસ્થિર, ચંચળ) વૃત્તિ, તામસિક (આળસ અને પ્રમાદની) વૃત્તિ અને સાત્ત્વિક (શાંત) વૃત્તિ હોય છે.

રાજસિક વૃત્તિ તૃષ્ણા અને મોહથી ઉત્પન્ન થાય છે. તેમાં કોઈ કાર્ય કરતા રહેવાની વૃત્તિ બળવાન હોય છે, તેમાં પ્રિયતા-અપ્રિયતાની કલ્પના હોય છે તથા આસક્તિ પ્રબળ વૃત્તિ હોય છે. સત્ત્વ અને તમસ્ કરતાં રજોગુણ વધી જાય ત્યારે મનુષ્યમાં લોભ, પ્રવૃત્તિ, કર્મોનો આરંભ, અશાંતિ અને આસક્તિ જેવી વૃત્તિઓ બળવાન બની જાય છે. રજોગુણ રાગાત્મક હોવાથી મનુષ્યની અભિલાષા અને આસક્તિ વધી જવાથી તે દુઃખ અને વિનાશનું કારણ બને છે.

તામસિક વૃત્તિ વધી જવાથી મનુષ્યમાં આળસ અને પ્રમાદ જેવી વૃત્તિઓ જન્મે છે. તમોગુણ અજ્ઞાનમાંથી ઉત્પન્ન થતો હોવાથી મનુષ્યને મોહ પમાડે છે અને તેથી મનુષ્ય લાપરવાહ, ઉદાસીન, નિષ્ક્રિય અને નિદ્રાપ્રિય બની જતો હોય છે. આવી વ્યક્તિ પોતે બનાવેલા પોતાના અજ્ઞાનમાં જ રહેતી હોઈ કોઈ લાભદાયક પરિણામ પ્રાપ્ત થતું નથી.

સત્ત્વગુણ પ્રકાશક, નિષ્પાપ અને નિર્મળ છે. સત્ત્વગુણને કારણે જ્ઞાન પ્રાપ્ત કરવાની ઈચ્છા અને સદાય પ્રસન્નતા રહે છે. બાકીના બે ગુણો કરતાં સત્ત્વગુણ વધી જવાથી મનુષ્ય પ્રત્યેક કાર્ય શુદ્ધ અંતઃકરણપૂર્વક, પૂર્ણ નિષ્ઠાથી અને પ્રમાણિકતાથી કરે છે. કોઈ પણ પરિસ્થિતિનો તે સરળતાથી સામનો કરી શકવાને સક્ષમ હોય છે. તે સદાય આનંદિત, શાંત મનોવૃત્તિવાળો તથા જ્ઞાનપ્રાપ્તિ માટે ઉત્સુક હોય છે. સત્ત્વગુણનું ફળ પણ નિર્મળ અને સાત્ત્વિક હોય છે.

જો આપણે આત્મનિરીક્ષણ કરીએ તો જણાશે કે આપણામાં આ ત્રણે વૃત્તિઓ રહેલી છે અને પ્રસંગોપાત આ વૃત્તિઓની આપણા વ્યવહાર પર અસર થતી હોય

છે. આથી આપણે પ્રયત્નપૂર્વક રાજસિક અને તામસિક વૃત્તિઓને નિયંત્રિત કરીને સાત્ત્વિક પ્રવૃત્તિઓની વૃદ્ધિ થાય તે માટે જાગૃત રહેવું જોઈએ.

જે વ્યક્તિમાં સાત્ત્વિક ગુણો પ્રબળ છે તે વ્યક્તિ ઉન્નતિના પથ પર અગ્રેસર થઈ ઉચ્ચતમ અવસ્થાને પ્રાપ્ત થઈ શકે છે. રજોગુણી વૃત્તિઓ પ્રબળ થવાથી મનુષ્ય મધ્યમ સ્થિતિમાં રહે છે અને કર્મો જ કર્યા કરવામાં આસક્તિ ધરાવે છે. પરંતુ જે વ્યક્તિમાં તામસિક ગુણો બળવાન હોય છે તેનું શીઘ્ર પતન થાય છે.

અર્જુન ભગવાન શ્રીકૃષ્ણને પૂછે છે કે આ ત્રણે ગુણો ઉપર વિજય પ્રાપ્ત કરનાર મનુષ્યને કેવી રીતે પારખી શકાય ?

ભગવાન શ્રીકૃષ્ણ કહે છે કે જે મનુષ્ય સુખ-દુઃખમાં સમાન હોય, શાંત અને સ્થિર ચિત્તવાળો હોય, જેને માટે માટી, પત્થર અને સોનું એકસમાન હોય, જે સ્તુતિ અને નિંદા તથા મિત્રતા અને શત્રુતા તેમ જ પ્રિય અને અપ્રિયમાં સમાન ભાવવાળો રહે તો સમજવું કે તેણે આ ત્રિગુણાત્મક વૃત્તિઓ ઉપર વિજય પ્રાપ્ત કરીને દિવ્યત્વ પણ પ્રાપ્ત કરી લીધું છે.

અધ્યાય : ૧૪

सत्त्वं रजस्तम इति गुणाः प्रकृतिसम्भवाः ।
निबध्नन्ति महाबाहो देहे देहिनमव्ययम् ॥ १४-५ ॥

સત્ત્વં રજસ્તમ ઈતિ ગુણાઃ પ્રકૃતિસંભવાઃ
નિબધ્નન્તિ મહાબાહો દેહે દેહિનમવ્યયમ્. (૧૪-૫)

હે મહાબાહુવાળા (અર્જુન) ! સત્ત્વ, રજસ અને તમસ્ એ પ્રકૃતિથી ઉત્પન્ન થતા ગુણો છે. આ ત્રણ ગુણો જીવાત્માને શરીરમાં બાંધે છે.

तत्र सत्त्वं निर्मलत्वात्प्रकाशकमनामयम् ।
सुखसङ्गेन बध्नाति ज्ञानसङ्गेन चानघ ॥ १४-६ ॥

તત્ર સત્ત્વં નિર્મલત્વાત્પ્રકાશકમનામયમ્
સુખસંગેન બધ્નાતિ જ્ઞાનસંગેન ચાનઘ. (૧૪-૬)

હે નિષ્પાપ (અર્જુન) ! તેમાં સત્ત્વગુણ નિર્મળ હોવાથી પ્રકાશક અને નિર્દોષ છે. તે જીવાત્માને સુખની આસક્તિથી અને જ્ઞાનની આસક્તિથી બાંધે છે.

रजो रागात्मकं विद्धि तृष्णासङ्गसमुद्भवम् ।
तन्निबध्नाति कौन्तेय कर्मसङ्गेनदेहिनम् ॥ १४-७ ॥
રજો રાગાત્મકં વિદ્ધિ તૃષ્ણાસંગસમુદ્ભવમ્
તન્નિબધ્નાતિ કૌન્તેય કર્મસંગેનદેહિનમ્. (૧૪-૭)

હે કુંતીપુત્ર (અર્જુન) ! તૃષ્ણા અને આસક્તિથી ઉત્પન્ન થતા રજોગુણને રાગાત્મક જાણ. તે જીવાત્માને કર્મની આસક્તિથી બાંધે છે.

तमस्त्वज्ञानजं विद्धि मोहनं सर्वदेहिनाम् ।
प्रमादालस्यनिद्राभिस्तन्निबध्नाति भारत ॥ १४-८ ॥
તમસ્ત્વજ્ઞાનજં વિદ્ધિ મોહનં સર્વદેહિનામ્ ।
પ્રમાદાલસ્યનિદ્રાભિસ્તન્નિબધ્નાતિ ભારત. (૧૪-૮)

તમોગુણ અજ્ઞાનથી ઉત્પન્ન થાય છે અને જીવાત્માને મોહ પમાડે છે તેમ જ પ્રમાદ, નિદ્રા અને આળસથી બાંધે છે.

कैर्लिङ्गैस्त्रीन्गुणानेतानतीतो भवति प्रभो ।
किमाचारः कथं चैतांस्त्रीन्गुणानतिवर्तते ॥ १४-२१ ॥
કૈર્લિંગૈસ્ત્રીન્ગુણાનેતાનતીતો ભવતિ પ્રભો !
કિમાચારઃ કથં ચૈતાંસ્ત્રીન્ગુણાનતિવર્તતે. (૧૪-૨૧)

(અર્જુન પૂછે છે-) હે પ્રભુ, જે વ્યક્તિએ આ ત્રણ ગુણો પર વિજય પ્રાપ્ત કરી લીધો છે તેવા વ્યક્તિમાં કેવાં લક્ષણો હોય છે ? મનુષ્ય આ ત્રણ ગુણોને કેવી રીતે ઓળંગે છે ?

श्रीभगवानुवाच ।
प्रकाशं च प्रवृत्तिं च मोहमेव च पाण्डव ।
न द्वेष्टि सम्प्रवृत्तानि न निवृत्तानि काङ्क्षति ॥ १४-२२ ॥
પ્રકાશં ચ પ્રવૃત્તિં ચ મોહમેવ ચ પાંડવ
ન દ્વેષ્ટિ સંપ્રવૃત્તાનિ ન નિવૃત્તાનિ કાંક્ષતિ. (૧૪-૨૨)

હે પાંડવ (અર્જુન) ! (સત્ત્વગુણના કાર્યરૂપ) પ્રકાશ, (રજોગુણના કાર્યરૂપ) પ્રવૃત્તિ અને (તમોગુણના કાર્યરૂપ) મોહ ઉત્પન્ન થાય ત્યારે (આ ત્રણને દુઃખરૂપ જાણીને ધીર, સ્થિર મનુષ્ય) દ્વેષ કરતો નથી કે તેમાંથી નિવૃત્ત થવા પણ ઇચ્છતો નથી.

समदुःखसुखः स्वस्थः समलोष्टाश्मकाञ्चनः ।
तुल्यप्रियाप्रियो धीरस्तुल्यनिन्दात्मसंस्तुतिः ॥ १४-२४ ॥

સમદુઃખસુખઃ સ્વસ્થઃ સમલોષ્ટાશ્મકાંચનઃ
તુલ્યપ્રિયાપ્રિયો ધીરસ્તુલ્યનિંદાત્મસંસ્તુતિઃ (૧૪-૨૪)

જે સુખદુઃખમાં સમાન હોય છે, જે સ્વસ્થ હોય છે, જેને ઢેફું, પથ્થર અને સોનું સરખાં છે, જેને પ્રિય-અપ્રિય તુલ્ય છે, જે સ્થિર છે, જેને પોતાનાં સ્તુતિનિંદા સમાન છે તથા જે ધીર છે, (૨૪)

मानापमानयोस्तुल्यस्तुल्यो मित्रारिपक्षयोः ।
सर्वारम्भपरित्यागी गुणातीतः स उच्यते ॥ १४-२५ ॥

માનાપમાનયોસ્તુલ્યસ્તુલ્યો મિત્રારિપક્ષયોઃ
સર્વારંભપરિત્યાગી ગુણાતીતઃ સ ઉચ્યતે. (૧૪-૨૫)

જે માન-અપમાનમાં સમાન છે, મિત્ર અને શત્રુપક્ષમાં સમભાવવાળો છે તથા જે સર્વ વસ્તુનો આરંભ કરવાની ઈચ્છા નથી રાખતો તે ગુણાતીત કહેવાય છે. (૨૫)

પાઠ - ૧૫

અધ્યાય : ૧૫

Art by Deeksha Tyagi

આ બ્રહ્માંડનું નિર્માણ આકસ્મિક અને અકારણ નથી થયું.
વિશ્વમાં ભાસતી અવ્યવસ્થા અને કોલાહલમાં પણ
દિવ્ય ઈશ્વરીય સૂત્ર વિદ્યમાન છે.

પાઠ - ૧૫

અધ્યાય : ૧૫

નિર્માણનો ઈશ્વરીય કાર્યકારણભાવ

પંદરમાં અધ્યાયમાં ભગવાન શ્રીકૃષ્ણ નિષ્પાપ અર્જુનની આગળ ગુહ્યતમ શાસ્ત્રનું ઉદ્ઘાટન કરે છે. બ્રહ્માંડનો દિવ્ય ઉદ્ભવ આકસ્મિક નથી. વિશ્વની ઉત્પત્તિ દિવ્ય પ્રયોજનથી કરવામાં આવી છે.

જીવ ઈશ્વરનો અંશ છે. સર્વના હૃદયમાં પણ ઈશ્વર જ રહેલા છે. ઈશ્વર જ જગતરૂપી યંત્રના સૂત્રધાર છે. જગતમાં ભાસતી અવ્યવસ્થા અને અરાજકતાની પાછળ પણ દિવ્ય ઈશ્વરીય સૂત્ર વિદ્યમાન છે.

સૂર્ય, ચંદ્ર, અગ્નિ વગેરે જ્યોતિર્મય પદાર્થોમાં જે તેજ છે તે ચૈતન્યસ્વરૂપ પરમાત્માનું જ છે. તે જ દિવ્ય ચૈતન્ય સમગ્ર બ્રહ્માંડને સત્તા પ્રદાન કરે છે અને સર્વના આધારરૂપ છે. તે જ પરમાત્મા વૈશ્વાનર (જઠરાગ્નિ) થઈને પ્રાણીઓનાં જઠરમાં અન્નને પચાવે છે. દેહમાં તેમ જ અન્યત્ર જે કાંઈ બળ, પ્રાણશક્તિ છે તે પણ ઈશ્વરની જ છે.

આ જગતમાં બે પ્રકારનું અસ્તિત્વ છે. એક જે વિનાશી છે તે નાશ પામે છે અને બીજું જે અવિનાશી છે તેનો ક્યારેય નાશ નથી થતો. સર્વ પ્રાણીઓનું અસ્તિત્વ વિનાશી છે અને દિવ્ય ઈશ્વરીય અસ્તિત્વ અવિનાશી, અનાદિ અને અનંત છે. તેથી જ્ઞાનીઓ અને વેદ તેને પરમ-આત્મા કહે છે.

અધ્યાય : ૧૫

ममैवांशो जीवलोके जीवभूतः सनातनः ।
मनः षष्ठानीन्द्रियाणि प्रकृतिस्थानि कर्षति ॥ १५-७ ॥

મમૈવાંશો જીવલોકે જીવભૂતઃ સનાતનઃ
મનઃ ષષ્ઠાનીન્દ્રિયાણિ પ્રકૃતિસ્થાનિ કર્ષતિ. (૧૫-૭)

મારો જ સનાતન અંશ જીવલોકમાં જીવરૂપે છે અને તે જ પ્રકૃતિમાં રહેલી મનસમેત છ ઈન્દ્રિયોને આકર્ષે છે.

यदादित्यगतं तेजो जगद्भासयतेऽखिलम् ।
यच्चन्द्रमसि यच्चाग्नौ तत्तेजो विद्धि मामकम् ॥ १५-१२ ॥
યદાદિત્યગતં તેજો જગદ્‌ભાસયતેઽખિલમ્
યચ્ચંદ્રમસિ યચ્ચાગ્નૌ તત્તેજો વિદ્ધિ મામકમ્. (૧૫-૧૨)

(હે અર્જુન !) જે તેજ સૂર્યમાં રહીને સમગ્ર જગતને પ્રકાશિત કરે છે તથા જે ચન્દ્રમાં અને અગ્નિમાં છે, તે તેજ મારું જ જાણ.

अहं वैश्वानरो भूत्वा प्राणिनां देहमाश्रितः ।
प्राणापानसमायुक्तः पचाम्यन्नं चतुर्विधम् ॥ १५-१४ ॥
અહં વૈશ્વાનરો ભૂત્વા પ્રાણિનાં દેહમાશ્રિતઃ
પ્રાણાપાનસમાયુક્તઃ પચામ્યન્નં ચતુર્વિધમ્. (૧૫-૧૪)

હું વૈશ્વાનર થઈને પ્રાણીઓના દેહમાં રહુ છું અને પ્રાણ તથા અપાન સાથે જોડાઈને ચાર પ્રકારનું અન્ન પચાવું છું.

द्वाविमौ पुरुषौ लोके क्षरश्चाक्षर एव च ।
क्षरः सर्वाणि भूतानि कूटस्थोऽक्षर उच्यते ॥ १५-१६ ॥
દ્વાવિમૌ પુરુષૌ લોકે ક્ષરશ્ચાક્ષર એવ ચ ।
ક્ષરઃ સર્વાણિ ભૂતાનિ કૂટસ્થોઽક્ષર ઉચ્યતે ॥ ૧૫-૧૬ ॥

આ લોકમાં નશ્વર (ક્ષર, નાશ પામનાર) અને શાશ્વત (અક્ષર, અવિનાશી) એમ બે પ્રકારના પુરુષો છે. સર્વ પ્રાણીઓના દેહ નશ્વર છે પરંતુ એ દેહોમાં રહેનારો જીવાત્મા શાશ્વત છે.

यस्मात्क्षरमतीतोऽहमक्षरादपि चोत्तमः ।
अतोऽस्मि लोके वेदे च प्रथितः पुरुषोत्तमः ॥ १५-१८ ॥
યસ્માત્ક્ષરમતીતોઽહમક્ષરાદપિ ચોત્તમઃ
અતોસ્મિ લોકે વેદે ચ પ્રથિતઃ પુરુષોત્તમઃ (૧૫-૧૮)

હું ક્ષરથી અતીત (ન્યારો, નિરાળો) છું અને જીવાત્માથી પણ ઉત્તમ છું. તેથી લોકમાં તથા વેદમાં પણ 'પુરુષોત્તમ' તરીકે પ્રસિદ્ધ છું.

પાઠ - ૧૬

અધ્યાય : ૧૬

મનુષ્યમાં દેવ અને દાનવ -
એમ બંનેનાં લક્ષણો હોય છે.

પાઠ - ૧૬

અધ્યાય : ૧૬

દૈવી અને આસુરી ગુણપ્રવૃત્તિ

ભગવાન શ્રીકૃષ્ણ કહે છે કે આ લોકમાં બે પ્રકારના મનુષ્યો હોય છે. દૈવ અને આસુર. દૈવ એટલે દૈવી સંપત્તિ ધરાવનારા અને આસુર એટલે આસુરી સંપત્તિ ધરાવનારા.

જ્યારે સામાજિક સમ્મેલનમાં જુદા જુદા પ્રકારના લોકો એકઠા થાય છે ત્યારે પોત-પોતાના સ્વાભાવિક ગુણો પ્રમાણે સમાન વિચારવાળા લોકોના સમૂહ અનાયાસે બની જાય છે.

આવા સમૂહોમાંના એક જૂથના લોકો ઉમદા હેતુપૂર્વક સત્કાર્યોની ચર્ચા કરતા જણાય છે. આવા લોકો સત્યપ્રિય, અહિંસક અને શાંતિપ્રિય હોય છે. તેઓ બીજાની ક્ષતિઓને લક્ષમાં લેતા નથી. બીજા પ્રત્યે તેમના મનમાં મમતા, પ્રેમ અને કરુણા હોય છે. તેમને કોઈ ચીજની લાલસા નથી હોતી. તેમની વાણી અને વ્યવહારમાં મધુરતા, વિનય અને નમ્રતા હોય છે. આવા લોકોના સાન્નિધ્યમાં તેમના હૃદયની નિર્મળતાનો અનુભવ થાય છે કારણ કે તેઓ સંતુલિત મનવાળા હોય છે તથા ઈર્ષ્યા, ગર્વ અને અહંકારથી મુક્ત હોય છે. આવા લોકોને દૈવી ગુણોથી યુક્ત કહેવામાં આવે છે.

બીજા જૂથના લોકો અહંકારી, મિથ્યાભિમાની અને બડાશ હાંકનારા હોય છે. તેઓ એકબીજાના અહંકારને પોષતા હોય છે અને તેમાં જ રાચતા હોય છે. આવી વિચારધારા ધરાવનારા લોકો સાથે જ તેમને ગોઠતું હોય છે. તેઓ દૃઢપણે માનતા હોય છે કે આ સંસારમાં સત્ય કે ઈશ્વરીય ગુણોનું કંઈ મહત્ત્વ નથી. તેઓ એમ પણ માનતા હોય છે કે આ સંસારની ઉત્પત્તિનું કોઈ જ પ્રયોજન નથી અને તે કેવળ એક સંયોગ જ છે. તેમને લાગે છે કે આ વિશ્વ ઈર્ષ્યા અને લાલચથી ચાલે છે. ઈર્ષ્યા અને લાલચને તૃપ્ત અને પુષ્ટ કરવામાં જ તેમને આનંદ મળે છે. આવી વિચારધારા ધરાવનારા લોકો સત્તા અને સંપત્તિ હાંસલ કરવાના પ્રયત્નોમાં જ રચ્યાપચ્યા રહે છે. કામ, ક્રોધ, લોભ, અહંકાર, બળ અને દર્પ વગેરેને અધીન

થઈ તેઓ પોતાનામાં કે બીજામાં રહેલા ઈશ્વરનો પણ દ્વેષ કરે છે. અન્યાયપૂર્વક ધન એકત્ર કરીને તેઓ અનેક પ્રકારની ચિંતામાં સપડાય છે. આવી મનોવૃત્તિવાળા લોકોને ભગવાન આસુરી પ્રવૃત્તિવાળા કહે છે.

કામ, ક્રોધ અને લોભ - આ ત્રણને ભગવાને અંધકાર, અધોગતિ અને પતનનાં ત્રણ મહાન દ્વાર કહ્યા છે. આસુરી પ્રવૃત્તિ કરનારા લોકો આ ત્રણ દ્વારોમાં જ અટવાયા કરે છે. પરંતુ જેઓ ઈશ્વરીય અને દૈવી પ્રવૃત્તિ કરનારા હોય છે, તેઓ આ ત્રણેયનો ત્યાગ કરે છે અને સદાય મુક્ત રહે છે.

અધ્યાય : ૧૬

अभयं सत्त्वसंशुद्धिर्ज्ञानयोगव्यवस्थितिः ।
दानं दमश्च यज्ञश्च स्वाध्यायस्तप आर्जवम् ॥ १६-१ ॥

અભયં સત્ત્વસંશુદ્ધિર્જ્ઞાનયોગવ્યવસ્થિતિઃ
દાનં દમશ્ચ યજ્ઞશ્ચ સ્વાધ્યાયસ્તપ આર્જવમ્ (૧૬-૧)

અભય, સાત્ત્વિક અંતઃકરણ, જ્ઞાનપ્રાપ્તિ માટે યોગસાધના, દાન, મન ઉપર નિયંત્રણ, યજ્ઞ, સ્વાધ્યાય, તપ અને સરળતા,

अहिंसा सत्यमक्रोधस्त्यागः शान्तिरपैशुनम् ।
दया भूतेष्वलोलुप्त्वं मार्दवं ह्रीरचापलम् ॥ १६-२ ॥

અહિંસા સત્યમક્રોધસ્ત્યાગઃ શાન્તિરપૈશુનમ્
દયા ભૂતેષ્વલોલુપ્ત્વં માર્દવં હ્રીરચાપલમ્. (૧૬-૨)

અહિંસા, સત્ય, અક્રોધ, ત્યાગ, શાન્તિ, નિંદાનો અભાવ, પ્રાણીમાત્ર ઉપર દયા, લાલચનો ત્યાગ, મૃદુતા, લજ્જા, ઈન્દ્રિયોની સ્થિરતા,

तेजः क्षमा धृतिः शौचमद्रोहो नातिमानिता ।
भवन्ति सम्पदं दैवीमभिजातस्य भारत ॥ १६-२ ॥

તેજઃ ક્ષમા ધૃતિ શૌચમદ્રોહો નાતિમાનિતા
ભવંતિ સંપદં દૈવીમભિજાતસ્ય ભારત. (૧૬-૩)

તેજસ્વિતા, ક્ષમા, ધૈર્ય, પવિત્રતા, દગો ન કરવો, નમ્રતા- આ ગુણો હે ભારત (અર્જુન) ! દૈવી સંપત્તિને લઈને જન્મેલા મનુષ્યમાં હોય છે.

दम्भो दर्पोऽभिमानस्य क्रोधः पारुष्यमेव च ।
अज्ञानं चाभिजातस्य पार्थ संपदमासुरीम् ॥ १६-४ ॥

દંભો દર્પોભિમાનસ્ય ક્રોધઃ પારુષ્યમેવ ચ
અજ્ઞાનં ચાભિજાતસ્ય પાર્થ સંપદમાસુરીમ્. (૧૬-૪)

દંભ, ઘમંડ, અભિમાન, ક્રોધ, નિષ્ઠુરતા અને અજ્ઞાન - હે પાર્થ, આસુરી સંપત્તિમાં જન્મેલા મનુષ્યોમાં હોય છે.

दैवी सम्पद्विमोक्षाय निबन्धायासुरी मता ।
मा शुचः संपदं दैवीमभिजातोऽसि पाण्डव ॥ १६-५ ॥
દૈવી સંપદ્વિમોક્ષાય નિબંધાયાસુરી મતા
મા શુચઃ સંપદં દૈવીમભિજાતોસિ પાંડવ. (૧૬-૫)

દૈવી અર્થાત્ ઈશ્વરીય ગુણોથી મુક્તિ મળે છે અને આસુરી સંપત્તિ બંધનનું કારણ બને છે. હે પાંડવ (અર્જુન) ! તું દૈવી સંપત્તિ લઈને જન્મ્યો છે માટે તું ચિંતા કરીશ નહીં.

प्रवृत्तिं च निवृत्तिं च जना न विदुरासुराः ।
न शौचं नापि चाचारो न सत्यं तेषु विद्यते ॥ १६-७ ॥
પ્રવૃત્તિં ચ નિવૃત્તિં ચ જના ન વિદુરાસુરાઃ
ન શૌચં નાપિ ચાચારો ન સત્યં તેષુ વિદ્યતે. (૧૬-૭)

આસુરી વૃત્તિવાળા મનુષ્યો યોગ્ય-અયોગ્ય કર્મ વચ્ચેનો ભેદ નથી જાણતા અને તેમનામાં પવિત્રતા, સદાચાર અને સત્યનિષ્ઠા હોતા નથી.

असत्यमप्रतिष्ठं ते जगदाहुरनीश्वरम् ।
अपरस्परसम्भूतं किमन्यत्कामहैतुकम् ॥ १६-८॥
અસત્યમપ્રતિષ્ઠં તે જગદાહુરનીશ્વરમ્
અપરસ્પરસંભૂતં કિમન્યત્કામહૈતુકમ્. (૧૬-૮)

આસુરી વૃત્તિવાળા મનુષ્યો માને છે કે આ જગત અસત્ય અને નિરાધાર છે. તેઓ ઈશ્વરના અસ્તિત્વને નકારે છે અને કેવળ કામભાવનાને જ વિશ્વના નિર્માણનું કારણ માને છે.

काममाश्रित्य दुष्पूरं दम्भमानमदान्विताः ।
मोहाद्गृहीत्वासद्ग्राहान्प्रवर्तन्तेऽशुचिव्रताः ॥ १६-१० ॥
કામમાશ્રિત્ય દુષ્પૂરં દમ્ભમાનમદાન્વિતાઃ
મોહાદ્ગૃહીત્વાસદ્ગ્રાહાન્પ્રવર્તન્તેડશુચિવ્રતાઃ ॥ (૧૬-૧૦)

કદી પણ તૃપ્ત ન થનાર કામનાનો આશ્રય કરીને દંભ, માન અને મદથી યુક્ત થયેલા અને મોહને કારણે ખોટા આગ્રહ રાખનારા (આસુરી વૃત્તિવાળા લોકો) અશુભ (વિનાશકારી) કાર્યોમાં જ પ્રવૃત્ત રહે છે.

પાઠ - ૧૭

અધ્યાય : ૧૭

મનુષ્ય પોતાની પ્રકૃતિ અનુસાર ભોજનની પસંદગી અને માત્રા નક્કી કરે છે. આહાર માટેની રુચિ પરથી સત્ત્વ, રજસ્ અને તમસ્ - એ ત્રણમાંથી કયા ગુણની પ્રધાનતા છે, તે આપણે સમજી શકીએ.

પાઠ - ૧૭

અધ્યાય : ૧૭

શ્રદ્ધા અને ત્રિગુણાત્મક પ્રવૃત્તિ

આ અધ્યાયમાં અર્જુન ભગવાન શ્રીકૃષ્ણને પૂછે છે કે જે મનુષ્યો શાસ્ત્રવિધિ છોડીને શ્રદ્ધાપૂર્વક યજન કરે છે તેમની શ્રદ્ધા કેવી છે ? સાત્ત્વિક, રાજસ કે તામસ ?

ભગવાન ઉત્તર આપે છે કે મનુષ્યોની શ્રદ્ધા સ્વભાવથી ઉત્પન્ન થતી હોય છે. સ્વભાવ ત્રણ પ્રકારનો હોય છે : સાત્ત્વિક, રાજસ અને તામસ. જેનામાં સત્ત્વની પ્રધાનતા છે અને અન્ય બે ગુણોની અલ્પતા છે તેનો સાત્ત્વિક સ્વભાવ છે. જેનામાં રજસ્ અને તમસ્‌ની પ્રધાનતા છે તેને રાજસ અને તામસ કહેવાય છે.

મનુષ્ય દ્વારા કરવામાં આવેલાં યજ્ઞ, તપ અને દાન પણ ત્રણ પ્રકારનાં હોય છે. આ ત્રણે ગુણોનો પ્રભાવ મનુષ્યના જપ, તપ, યજ્ઞ, દાન ઉપર પડે છે. આ ત્રણ ગુણોની પ્રવૃત્તિઓના પ્રભાવ અનુસાર મનુષ્યની શ્રદ્ધા પણ વિવિધ પ્રકારનાં રૂપ ધારણ કરે છે. મનુષ્ય માત્રની શ્રદ્ધા તેના અંતઃકરણ મુજબ જ હોય છે. દરેકની શ્રદ્ધા તેના સત્ત્વાદિ ગુણો ઉપર જ આધારિત હોય છે. 'જેવી જેની શ્રદ્ધા તેવી તે વ્યક્તિ.' મનુષ્યના વિચાર, સ્વભાવ, વર્તાવ અને સ્વાસ્થ્ય ઉપર જ નહીં પરંતુ મનુષ્યનાં આહાર ઉપર પણ આ ત્રણ ગુણોનો સીધો પ્રભાવ પડે છે. આથી વિદ્યાર્થીઓએ કેવા પ્રકારનો આહાર લેવો જોઈએ તે બાબતમાં અત્યંત જાગરૂક અને સતર્ક રહેવું જોઈએ. જે આહારથી વિદ્યા મેળવવા માટે શરીર અને મન સ્વસ્થ રહે તે આહાર તેમણે લેવો જોઈએ.

આયુષ્ય, બુદ્ધિ, બળ, સુખ અને પ્રીતિને વધારે એવો સ્નિગ્ધ અને મનને રુચિકર બની રહે તેવો આહાર સાત્ત્વિક વ્યક્તિને પ્રિય હોય છે. તેથી તેઓ સ્વસ્થ અને દીર્ધાયુ હોય છે.

કડવો, ખાટો, ખારો, ઉષ્ણ, તીખો, સૂકો, દુઃખ-ચિંતા અને રોગોને ઉત્પન્ન કરે તેવો આહાર રાજસી વ્યક્તિને પ્રિય હોય છે. તેથી તે જલ્દી રોગનો શિકાર બની જાય છે.

તામસી વૃત્તિવાળા લોકોને કાચો-પાકો, રસહીન, દુર્ગંધવાળો, વાસી, એંઠો અને અપવિત્ર આહાર પ્રિય હોય છે. આ આહાર સૌથી હલકા પ્રકારનો હોય છે અને તેથી ત્યાગવા યોગ્ય હોય છે.

આમ, આ ત્રણે ગુણોમાં સાત્ત્વિક ગુણ સર્વોત્તમ છે અને તેથી આપણે તે જ અપનાવવો જોઈએ. આ જ્ઞાનને આત્મસાત્ કરી તેને શ્રદ્ધાપૂર્વક સમર્પિત થઈ તદનુસાર આચરણ એ જ પરમ ધર્મ છે અને કલ્યાણકારી છે.

અધ્યાય : ૧૭

श्रीभगवानुवाच ।

त्रिविधा भवति श्रद्धा देहिनां सा स्वभावजा ।

सात्त्विकी राजसी चैव तामसी चेति तां श्रुणु ॥ १७-२ ॥

ત્રિવિધા ભવતિ શ્રદ્ધા દેહિનાં સા સ્વભાવજા

સાત્ત્વિકી રાજસી ચૈવ તામસી ચેતિ તાં શ્રુણુ. (૧૭-૨)

શ્રીભગવાન કહે છે :

મનુષ્યોની શ્રદ્ધા સ્વભાવથી ઉત્પન્ન થતી હોય છે અને તે ત્રણ પ્રકારની હોય છે : સાત્ત્વિક, રાજસ અને તામસ. તે વિશે તું સાંભળ.

सत्त्वानुरूपा सर्वस्य श्रद्धा भवति भारत ।

श्रद्धामयोऽयं पुरुषो यो यच्छ्रद्धः स एव सः ॥ १७-३ ॥

સત્ત્વાનુરૂપા સર્વસ્વ શ્રદ્ધા ભવતિ ભારત

શ્રદ્ધામયોયં પુરુષો યો યચ્છ્રદ્ધઃ સ એવ સઃ (૧૭-૩)

હે ભારત (અર્જુન) ! સર્વની શ્રદ્ધા તેમના અંતઃકરણને અનુરૂપ હોય છે. આ માનવી શ્રદ્ધામય છે. જે જેવી શ્રદ્ધાવાળો હોય તેવો તે હોય.

आहारस्त्वपि सर्वस्य त्रिविधो भवति प्रियः ।

यज्ञस्तपस्तथा दानं तेषां भेदमिमं श्रुणु ॥ १७-७ ॥

આહારસ્ત્વપિ સર્વસ્ય ત્રિવિધો ભવતિ પ્રિયઃ

યજ્ઞસ્તપસ્તથા દાનં તેષાં ભેદમિમં શ્રુણુ. (૧૭-૭)

સર્વ મનુષ્યોને આહાર ત્રણ પ્રકારે પ્રિય હોય છે, તેમ જ યજ્ઞ, તપ અને

દાન પણ ત્રણ પ્રકારે પ્રિય થાય છે; તેઓનો ભેદ તું સાંભળ.

आयुः सत्त्वबलारोग्यसुखप्रीतिविवर्धनाः ।
रस्याः स्निग्धा स्थिरा हृद्या आहाराः सात्त्विकप्रियाः ॥ १७-८ ॥

આયુઃ સત્ત્વબલારોગ્યસુખપ્રીતિવિવર્ધનાઃ
રસ્યા સ્નિગ્ધા સ્થિરા હૃદ્યા આહારાઃ સાત્ત્વિકપ્રિયાઃ (૧૭-૮)

આયુષ્ય, સત્ત્વ, બળ, આરોગ્ય, સુખ અને પ્રીતિની વૃદ્ધિ કરનારા, રસવાળા, સ્નિગ્ધ, સ્થિર (શરીરને મજબૂત કરનારા) તથા હૃદયને પ્રિય એવા ભોજનના પદાર્થો સાત્ત્વિક મનુષ્યને પ્રિય હોય છે.

कट्वम्ललवणात्युष्णतीक्ष्णरूक्षविदाहिनः ।
आहारा राजसस्येष्टा दुःखशोकामयप्रदाः ॥ १७-९ ॥

કટ્વમ્લલવણાત્યુષ્ણતીક્ષ્ણરૂક્ષવિદાહિનઃ
આહારા રાજસસ્યેષ્ટા દુઃખશોકામયપ્રદાઃ (૧૭-૯)

કડવા, ખાટા, ખારા, અતિ ગરમ, તીખા, લૂખા, દાહ કરનારા ભોજનના પદાર્થો રાજસ મનુષ્યને પ્રિય હોય છે. તે દુઃખ, શોક અને રોગને ઉત્પન્ન કરનારા છે.

यातयामं गतरसं पूति पर्युषितं च यत् ।
उच्छिष्टमपि चामेध्यं भोजनं तामसप्रियम् ॥ १७-१० ॥

યાતયાતં ગતરસં પૂતિ પર્યુષિતં ચ તત્
ઉચ્છિષ્ટમપિ ચામેધ્યં ભોજનં તામસપ્રિયમ્. (૧૭-૧૦)

કાચુંપાકું, સુકાઈ ગયેલું, દુર્ગંધવાળું, વાસી, એંઠું અને અપવિત્ર ભોજન તામસ મનુષ્યોને પ્રિય હોય છે.

दातव्यमिति यद्दानं दीयतेऽनुपकारिणे ।
देशेकाले च पात्रे च तद्दानं सात्त्विकं स्मृतम् ॥ १७-२० ॥

દાતવ્યમિતિ યદ્દાનં દીયતેનુપકારિણે
દેશે કાલે ચ પાત્રે ચ તદ્દાનં સાત્ત્વિકં સ્મૃતમ્. (૧૭-૨૦)

દાન આપવું એ મારું કર્તવ્ય છે, એવી ભાવનાથી પોતાની ઉપર ઉપકાર ન કરનારને પણ દેશ, કાળ અને પાત્રનો વિચાર કરીને જે દાન આપવામાં આવે છે તે સાત્ત્વિક દાન કહેવામાં આવે છે.

પાઠ - ૧૮

અધ્યાય : ૧૮

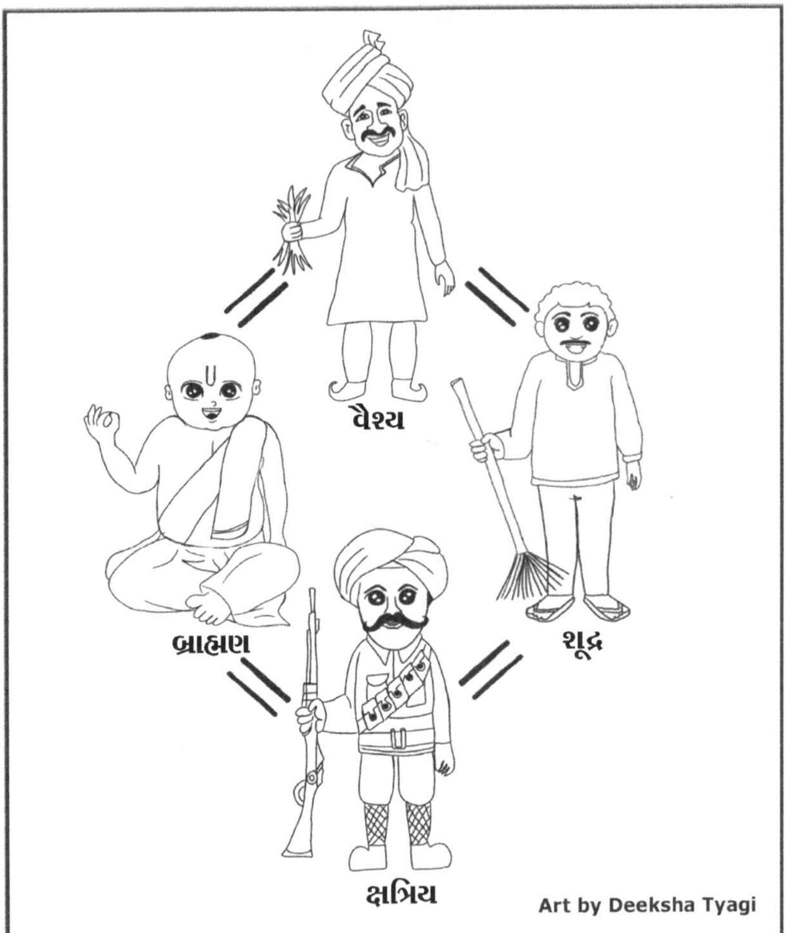

બ્રાહ્મણ, ક્ષત્રિય, વૈશ્ય અને શૂદ્ર એવા વિભાગો તો સૌના કર્મ અને સ્વભાવ અર્થાત્ પ્રકૃતિના ઉત્પન્ન થયેલા સત્ત્વાદિ ગુણોથી પાડવામાં આવ્યા છે. ચારેય વર્ણનો ભેદ જન્મજાત નથી પણ ગુણ અને કર્મ પ્રમાણે છે.

પાઠ - ૧૮

અધ્યાય : ૧૮

વર્ણસમાનતા અને મુક્તિ

શ્રીમદ્ ભગવદ્ ગીતાના આ અંતિમ અધ્યાયમાં માનવજીવનના પરમ પુરુષાર્થ મોક્ષનું વિવેચન છે અને મોક્ષ ભગવદ્ ગીતાનું તાત્પર્ય પણ છે.

ભગવાન શ્રીકૃષ્ણ કહે છે કર્તવ્યપાલન કરવાથી મનુષ્ય મુક્તિ પ્રાપ્ત કરી શકે છે. સામાન્ય રીતે લોકો માનતા હોય છે કે મોક્ષની ઇચ્છા સેવનારે કર્મ છોડવું જ જોઈએ. પણ ભગવાન આ મત સાથે સંમત નથી થતા. ભગવાન કહે છે કે કર્મને બંધનનું કારણ માનવું એ અવિવેક છે. બંધનનું કારણ આસક્તિ છે, કર્મ નહીં. આસક્તિરહિત અને અહંકારરહિત થઈને કરવામાં આવેલું કર્તવ્યપાલન મનુષ્યને બંધન કરતું નથી. તેથી તે કર્મ મુક્ત કરનારું છે.

વળી, ભગવાન કહે છે કે પ્રત્યેક મનુષ્ય પોતાના સ્વભાવ કે પ્રકૃતિ અનુસાર યોગ્ય જીવનમાર્ગ અપનાવી શકે છે. આ રીતે પસંદ કરેલા માર્ગને સ્વીકારીને પછી એ માર્ગ પર ચાલીને પરિપૂર્ણતા પ્રાપ્ત કરી શકે છે.

ભગવાન કહે છે કે મનુષ્યની જીવનપ્રણાલિકા મુખ્યત્વે ચાર પ્રકારની હોય છે. મનુષ્ય જે પ્રકારની જીવનપ્રણાલિકાની ગુણવિશેષતાઓ ધારણ કરીને જન્મ લે છે તે અનુસાર તેની જીવનપ્રણાલિકા થઈ જાય છે. આ પ્રણાલિકા પ્રમાણે ચારે વર્ણો હોય છે. એકબીજાની તુલનામાં કોઈ શ્રેષ્ઠ કે કનિષ્ઠ નથી હોતા. પ્રત્યેક વર્ણનું મહત્ત્વ એકસરખું જ હોય છે. આ ઉપરથી સ્પષ્ટ થાય છે કે મનુષ્યનો વર્ણ, જે વર્ણમાં જન્મ થયો છે તેના પરથી નક્કી નથી થતો પરંતુ જે વર્ણની ગુણવિશેષતાઓ તેણે ધારણ કરી છે તેના આધારે નક્કી થાય છે. પરંતુ દુર્ભાગ્યે મનુષ્યના વર્ણને જન્મ સાથે જોડી દેવામાં આવ્યો છે, એટલું જ નહીં, પણ તેમાં ઊંચ-નીચનો ભેદભાવ પણ કરવામાં આવે છે.

ભગવાન શ્રીકૃષ્ણ આપણને ચાર પ્રકારની જીવન પ્રણાલિકાઓની વિશેષતા વિશે જણાવે છે કે જેની સહાયથી પ્રત્યેક મનુષ્ય પોતાનામાં રહેલી વિશેષતાને પારખીને તેમાં નિપુણતા મેળવી શકે છે.

આજે કારકિર્દી માટે માર્ગદર્શન આપનારા મોટા મોટા મનોવૈજ્ઞાનિકો પણ વિદ્યાર્થીની રુચિ, લગાવ, તેની કુશળતા અને ગુણો વિશે માહિતી મેળવીને પછી તેમને સલાહ-સૂચન આપે છે. તે વિદ્યાર્થી કયા વર્ણનો છે, એ વિષે કોઈ પ્રશ્ન કરતું નથી.

જે મનુષ્ય શાંત, સ્થિર ચિત્તવાળો, પવિત્ર અને સરળ હોય છે તેને આધ્યાત્મિક જ્ઞાન પ્રાપ્ત કરવાની લગની લાગેલી હોય છે. તેને પરમાત્મા, આચાર્ય અને સદ્‌ગુરુમાં શ્રદ્ધા હોય છે, તેને બ્રાહ્મણ વર્ણનો માનવો જોઈએ.

જેનામાં નેતૃત્વના ગુણો હોય, શૌર્ય, તેજ, ધૈર્ય, ચતુરાઈ અને યુદ્ધકૌશલ્ય હોય તેને ક્ષત્રિય વર્ણનો માનવો જોઈએ.

જે મનુષ્ય વ્યાપાર, કલાક્ષેત્ર, કૃષિ (ખેતી), પશુપાલન વગેરે કાર્યોમાં નિપુણ હોય તેને વૈશ્ય માનવો જોઈએ.

જે મનુષ્ય સમાજકલ્યાણના વિવિધ પ્રકારનાં કાર્યો કરવામાં તથા સર્વ વર્ણોની સેવા કરવામાં આનંદ આવતો હોય તેને શૂદ્ર વર્ણનો માનવો જોઈએ.

આ ચારેય પ્રકારનાં કાર્યો કરનારનું મહત્ત્વ એક સમાન છે. સંપૂર્ણ માનવજાતિના કલ્યાણ, ઉત્થાન અને પ્રગતિ માટે આ બધા જ વર્ણો અતિઆવશ્યક અને એકસરખું મહત્ત્વ ધરાવનારા છે. ભગવાને આટલા સ્પષ્ટ શબ્દોમાં સમજાવ્યું હોવા છતાં પણ આટલો મહત્ત્વનો સંદેશો લોકો સમજતા નથી. કેટલાક અજ્ઞાનીઓ તો વર્ણો વચ્ચે ઊંચ-નીચનો ભેદભાવ રાખીને વર્ણને કર્મ અનુસાર નહીં પણ જન્મ સાથે જ જોડી દે છે.

વિશાળ અને વૈશ્વિક દૃષ્ટિકોણ અપનાવનારા વિદ્યાર્થીઓએ આ પ્રકારના ભેદભાવથી હંમેશા દૂર રહેવું જોઈએ કારણ કે આપણે જાણીએ છીએ કે પ્રત્યેક વ્યક્તિમાં એક જ પરમાત્માનો અંશ રહેલો છે.

શ્રીમદ્‌ ભગવદ્‌ ગીતાનો આ અર્થ સમજીને પોતાની પ્રવૃત્તિ અનુસાર પોતાનો જીવનમાર્ગ નક્કી કરવો જોઈશે. એ માર્ગ પર ચાલતા ચાલતા પોતાની ઉન્નતિ અને પ્રગતિ માટે પ્રમાણિકતાપૂર્વક પ્રયત્ન કરતા રહેવું જોઈશે. આ રીતે આપણે પોતે તો મુક્તિનો આનંદ મેળવીશું જ. સાથે સાથે સમગ્ર જગત પણ વિશ્વબંધુત્વની ભાવના કેળવીને આનંદિત થશે.

અંતમાં ભગવાન શ્રીકૃષ્ણ અર્જુનને પૂછે છે કે શું આ ગીતોપદેશ તેણે

એકાગ્રતાપૂર્વક શ્રવણ કર્યો ? શું તેના મનનો સંદેહ દૂર થયો ? શું તેની હતાશા અને દુઃખોનો અંત આવ્યો ?

અહીં એક અત્યંત મહત્વપૂર્ણ નોંધ લેવા યોગ્ય બાબત એ છે કે સંપૂર્ણ ઉપદેશ આપ્યા પછી શ્રીકૃષ્ણ અર્જુનને કોઈ આદેશ કે આજ્ઞા નથી આપતા, પણ અર્જુને હવે શું કરવું જોઈએ, એ નિર્ણય લેવાની ભગવાન તેને સ્વતંત્રતા આપે છે.

આમ ભગવાને પ્રશ્ન પૂછ્યો તેનો મહારથી અર્જુન જે ઉત્તર આપે છે તે અત્યંત પ્રશંસનીય અને એક આદર્શ, સમર્પિત શિષ્યને છાજે એવો છે. અર્જુન કહે છે -

હે અચ્યુત, આપની કૃપાથી મારો મોહ નાશ પામ્યો છે. આપના અનુગ્રહથી મને મારા આત્મસ્વરૂપની સ્મૃતિ પ્રાપ્ત થઈ છે. મારા સર્વ સંશયો દૂર થયા છે, સંશયરહિત થઈને આપના ઉપદેશમાં હું સ્થિર થયો છું. આપ જે કહો છો તે લોકકલ્યાણાર્થે કરવા હું તત્પર છું.

આ જ પ્રમાણે પ્રિય વિદ્યાર્થી મિત્રો, હું પણ તમને પૂછું છું કે વિજેતા વિદ્યાર્થીઓ માટે મંથન કરીને મેળવેલું મોહનનું આ માખણ, માધવનું માધુર્ય તમે સૌએ માણ્યું ? તમે પણ અર્જુનની જેમ વિજેતા બનવા પ્રયત્ન કરશોને ? સર્વત્ર ઈશ્વરદર્શન, રાષ્ટ્રની ઉન્નતિ અને વિશ્વના કલ્યાણ માટે તમે પણ કટિબદ્ધ થશો ને ?

ભગવાન શ્રીકૃષ્ણે દર્શાવેલા માર્ગ પર તમે અગ્રેસર થશો તો વિજયલક્ષ્મી તમને જ વરશે. પરમેશ્વર જેના પક્ષમાં હોય તેની કદી હાર ન થાય. જ્યાં પરમેશ્વર છે ત્યાં વિજય છે, વિભૂતિ છે, ધ્રુવ નીતિ છે. અર્થાત્ જ્યાં ધર્મ છે ત્યાં જય છે.

અધ્યાય : ૧૮

श्रीभगवानुवाच ।

काम्यानां कर्मणां न्यासं संन्यासं कवयो विदुः ।

सर्वकर्मफलत्यागं प्राहुस्त्यागं विचक्षणाः ॥१८-२॥

કામ્યાનાં કર્મણાં ન્યાસં સંન્યાસં કવયો વિદુઃ

સર્વકર્મફલત્યાગં પ્રાહુસ્ત્યાગં વિચક્ષણાઃ (૧૮-૨)

શ્રીભગવાન કહે છે :

ફળ મેળવવાની ઇચ્છાથી જે કર્મો કરવામાં આવે છે તેવાં કર્મોના ત્યાગને વિદ્વાનો સંન્યાસ કહે છે અને સર્વ કર્મના ફળના ત્યાગને પંડિતો ત્યાગ કહે છે.

कार्यमित्येव यत्कर्म नियतं क्रियतेऽर्जुन ।

सङ्गं त्यक्त्वा फलं चैव स त्यागः सात्त्विको मतः ॥१८-९॥

કાર્યમિત્યેવ યત્કર્મ નિયતં ક્રિયતેર્જુન

સંગં ત્યક્ત્વા ફલં ચૈવ સ ત્યાગઃ સાત્ત્વિકો મતઃ (૧૮-૯)

હે અર્જુન ! શાસ્ત્રોમાં જણાવેલાં કર્મો કેવળ કર્તવ્યની ભાવનાથી અને કોઈ પણ ફળની આશા રાખ્યા વિના કરવામાં આવે તેને સાત્ત્વિક ત્યાગ કહેવામાં આવે છે.

नियतं सङ्गरहितमरागद्वेषतः कृतम् ।

अफलप्रेप्सुना कर्म यत्तत्सात्त्विकमुच्यते ॥ १८-२३ ॥

નિયતં સંગરહિતમરાગદ્વેષતઃ કૃતમ્ ।

અફલપ્રેપ્સુના કર્મ યત્તત્સાત્ત્વિકમુચ્યતે. (૧૮-૨૩)

ફળપ્રાપ્તિની ઇચ્છા રાખ્યા વગર આસક્તિ અને રાગ-દ્વેષ વગર કરવામાં આવે તે સાત્ત્વિક કર્મ કહેવાય છે.

ब्राह्मणक्षत्रियविशां शूद्राणां च परंतप ।

कर्माणि प्रविभक्तानि स्वभावप्रभवैर्गुणैः ॥ १८-४१ ॥

બ્રાહ્મણક્ષત્રિયવિશાં શૂદ્રાણાં ચ પરંતપ

કર્માણિ પ્રવિભક્તાનિ સ્વભાવપ્રભવૈર્ગુણૈઃ (૧૮-૪૧)

હે પરંતપ (શત્રુઓને તપાવનાર અર્જુન) ! બ્રાહ્મણો, ક્ષત્રિયો, વૈશ્યો અને શૂદ્રોનાં કર્મ સ્વભાવથી ઉત્પન્ન થયેલા ગુણો પ્રમાણે વહેંચવામાં આવ્યાં છે.

शमो दमस्तपः शौचं क्षान्तिरार्जवमेव च ।
ज्ञानं विज्ञानमास्तिक्यं ब्रह्मकर्म स्वभावजम् ॥१८-४२॥

શમો દમસ્તપઃ શૌચં ક્ષાન્તિરાર્જવમેવ ચ ।
જ્ઞાનં વિજ્ઞાનમાસ્તિક્યં બ્રહ્મકર્મ સ્વભાવજમ્ ॥ ૧૮-૪૨ ॥

શમ, દમ, તપ, પવિત્રતા, ક્ષમા, સરળતા, જ્ઞાન, વિજ્ઞાન અને આસ્તિકતા એ બ્રાહ્મણનાં સ્વભાવજન્ય કર્મ છે.

शौर्यं तेजो धृतिर्दाक्ष्यं युद्धे चाप्यपलायनम् ।
दानमीश्वरभावश्च क्षात्रं कर्म स्वभावजम् ॥ १८-४३ ॥

શૌર્યં તેજો ધૃતિર્દાક્ષ્યં યુદ્ધે ચાપ્યપલાયનમ્
દાનમીશ્વરભાવશ્ચ ક્ષાત્રં કર્મ સ્વભાવજમ્. (૧૮-૪૩)

શૌર્ય, તેજ, ધૃતિ, દક્ષતા, યુદ્ધમાં અપલાયનતા, દાન અને સ્વામિત્વ એ ક્ષત્રિયનાં સ્વભાવજન્ય કર્મ છે.

कृषिगौरक्ष्यवाणिज्यं वैश्यकर्म स्वभावजम् ।
परिचर्यात्मकं कर्म शूद्रस्यापि स्वभावजम् ॥ १८-४४ ॥

કૃષિગૌરક્ષ્યવાણિજ્યં વૈશ્યકર્મ સ્વભાવજમ્.
પરિચર્યાત્મકં કર્મ શૂદ્રસ્યાપિ સ્વભાવજમ્. (૧૮-૪૪)

કૃષિ, ગૌરક્ષા અને વેપાર એ વૈશ્યનું સ્વાભાવિક કર્મ છે. (અન્ય વર્ણોની) સેવારૂપ કર્મ શૂદ્રનું સ્વાભાવિક કર્મ ગણાય છે.

कच्चिदेतच्छ्रुतं पार्थ त्वयैकाग्रेण चेतसा ।
कच्चिदज्ञानसम्मोहः प्रनष्टस्ते धनञ्जय ॥ १८-७२ ॥

કચ્ચિદેતચ્છ્રુતં પાર્થ ત્વયૈકાગ્રેણ ચેતસા
કચ્ચિદજ્ઞાનસમ્મોહઃ પ્રનષ્ટસ્તે ધનંજય ! (૧૮-૭૨)

હે ધનંજય ! શું તેં એકાગ્રચિત્તે આ સાંભળ્યું ? હે પાર્થ ! શું તારો અજ્ઞાનરૂપી મોહ નાશ પામ્યો ?

अर्जुन उवाच ।

नष्टो मोहः स्मृतिर्लब्धा त्वत्प्रसादान्मयाच्युत ।

स्थितोऽस्मि गतसन्देहः करिष्ये वचनं तव ॥ १८-७३ ॥

નષ્ટો મોહઃ સ્મૃતિર્લબ્ધા ત્વત્પ્રસાદાન્મયાચ્યુત

સ્થિતોસ્મિ ગતસંદેહઃ કરિષ્યે વચનં તવ. (૧૮-૭૩)

અર્જુન કહે છે - હે અચ્યુત ! આપની કૃપાથી મારો મોહ નષ્ટ થયો, સ્મૃતિ પ્રાપ્ત થઈ. સંશયમુક્ત થઈ હું ઊભો છું. આપ જે કહેશો તે કરીશ.